கரன்ஸி காலனி

அந்திமழை ந. இளங்கோவன்

சிக்ஸ்த்சென்ஸ் பப்ளிகேஷன்ஸ்
10/2 (8/2) போலீஸ் குவார்ட்டர்ஸ் சாலை
(தியாகராயநகர் பேருந்து நிலையத்திற்கும் காவல் நிலையத்திற்கும் இடைப்பட்ட சாலை)
தியாகராயநகர், சென்னை - 600 017
Phone: 2434 2771, 2986 0070 Cell: 72000 50073

Sixthsense Publications 6 th sense_karthi
e-mail : sixthsensepub@yahoo.com Website: www.sixthsensepublications.com

Title: Currency Colony

Author: Andhimazhai N. Elangovan

Address:
Sixthsense Publications
10/2(8/2) Police Quarters Road,
(Between Thiyagaraya Nagar Bus Stop & Police Station)
Thiyagaraya Nagar, Chennai - 17
Phone: 2434 2771, 29860070
Cell: 72000 50073

Sixthsense Publications
6 th sense_karthi
e-mail : sixthsensepub@yahoo.com
Website: www.sixthsensepublications.com

First Edition : October, 2016
Second Edition : June, 2023

Pages : 88
Price : ₹ 116

Copyright © N. Elangovan
All rights reserved including the rights of reproduction in whole or in part in any form.

Publisher: K.S. Pugalendi
Editor: R. Muthukumar
Managing Editor: P. Karthikeyan
Layout: P.S. Sukumar

தலைப்பு
கரன்ஸி காலனி

நூலாசிரியர் : அந்திமழை ந. இளங்கோவன்
பக்கங்கள் : 88
விலை : ரூ.116
உரிமை : © அந்திமழை ந. இளங்கோவன்
முதற்பதிப்பு : அக்டோபர், 2016
இரண்டாம் பதிப்பு : ஜூன், 2023

சிக்ஸ்த்சென்ஸ் பப்ளிகேஷன்ஸ்
10/2 (8/2) போலீஸ் குவார்ட்டர்ஸ் சாலை
(தியாகராயநகர் பேருந்து நிலையத்திற்கும் காவல் நிலையத்திற்கும் இடைப்பட்ட சாலை)
தியாகராயநகர், சென்னை – 600 017
தொலைபேசி : 24342771, 29860070
கைபேசி : 72000 50073
மின்னஞ்சல் : sixthsensepub@yahoo.com

இந்தப் புத்தகத்திலுள்ள எந்த ஒரு பகுதியையும் பதிப்பாளர் மற்றும் எழுத்தாளர் அனுமதியை எழுத்து மூலம் பெறாமல் பதிப்பிக்கக் கூடாது

நீங்கள் Smart Phone உபயோகிப்பவராக இருந்தால் QR Code Reader Application மூலம் இதை Scan செய்தால் நேரடியாக எமது இணையதளத்திற்கு சென்று மேலும் எங்கள் வெளியீடுகள் பற்றிய விவரங்களைப் பெறலாம்.

A1 ISBN : 978-93-83067-54-1

முன்னுரை

அப்போது நான் குஜராத் மாநிலத்திலுள்ள பரோடாவில் வசித்து வந்தேன். உத்திரபிரதேசம், பீகார் பகுதிகளில் வேலை நிமித்தமாக பயணம் செய்துவிட்டு திரும்பி வந்திருந்த நாள். எங்கள் தெருவில்வசிக்கும் அந்த பெண்மணி வீட்டிற்கு அழைப்பிதழோடு வந்தார். தனது மகனின் புதிய கடையின் திறப்புவிழாவிற்கு கண்டிப்பாக வரவேண்டுமென்று அழைத்தார். பத்தாம் வகுப்பு பெயிலான பத்தொன்பது வயதுபையனின் சிறு கடை நண்பர்கள் சுற்றம் சூழ திறக்கப்பட்டது.

அன்று எனக்கு மூன்று சம்பவங்கள் நினைவிற்கு வந்தன.

படிப்பை நிறுத்திவிட்டு தொழில் செய்ய விரும்புவதாக நான் கூறிய போது, "படிப்பறிவில்லாமல் தொழில்செய்தால் பெரிய அளவிற்கு போக முடியாது. படித்து பட்டம் வாங்கி விட்டு தொழில் செய்." என்றதுகுடும்பம். அப்போது எனக்கு வயது 16.

கால்நடை மருத்துவத்தில் பட்டம் பெற்ற பின் தொழில் தொடங்க விரும்பிய போது," இந்த படிப்பிற்கு ,அழகான வேலை கிடைக்கும் ,ராஜா மாதிரி வாழலாம். அனுபவம் இல்லாமல் ஏன் தொழில் தொடங்கிகஷ்டப்படணும்" என்று தடை போட்டது குடும்பம்.

தொழில் நுட்ப பட்டம் பெற்று பத்தாண்டுகள் அனுபவம் பெற்ற பின் தொழில் தொடங்க முற்பட்டபோது ,"கிரக நிலை சரியில்லை" என்றது குடும்பம். என் குடும்பத்தை போலவே, பெரும்பாலான இந்திய குடும்பங்கள் மிகுதியான அன்பின் காரணமாக ,தொழில் தொடங்க தடை விதிக்கின்றன. நஷ்டமடைந்துவிட்டால், தோற்றுப் போய் தெருவிற்குவந்துவிட்டால் என்று நிறைய பயங்கள்.

குஜராத், ராஜஸ்தான் , மகாராஷ்டிராவில் வாழும் சில சமூகங்களில் மட்டுமே தொழில் தொடங்க குடும்பமே அடித்தளமாக அமைகிறது. இந்தியாவில் பெரு நிறுவனங்களில் பெரும்பாலானவை இவர்களுக்கு சொந்தமானவைதான்.

தொழில் நடத்துவது மலையேறுவது போல்தான். "எல்லா மலைகளின் மீதும் ஒரு பாதை இருக்கிறது. ஆனால் அது சமவெளியில் இருந்து பார்த்தால் தெரியாது" என்கிற அமெரிக்க கவிஞர் தியோடர் ரோத்கி(Theodore Rothke) யின் வார்த்தைகளை அடிப்படையாகக் கொண்டுகரன்ஸி காலனியை எழுதியுள்ளேன்.

தொழிலுலகை ஆளும் குடும்பங்க்ள் தங்களது இளைய தலைமுறைக்கு கிசுகிசுப்பான குரலில் தொழில் என்ற மலைப்பாதையின் சூட்சமங்கள் பற்றி என்ன போதிக்கிறதோ, அதை கதைகளாலும் சம்பவங்களாலும் 'கரன்ஸி காலனி' உரக்க பேசுகிறது.

ஏற்கனவே தொழில் நடத்துபவர்கள் ' கரன்ஸி காலனியை' படித்தால் அடுத்த கட்டத்திற்கு நகரலாம். எனக்காக திரட்டப்பட்ட அனுபவங்களின் தொகுப்பு தான் 'கரன்ஸி காலனி'. இதன் ஒவ்வொரு அத்தியாயத்தையும் என் வாழ்வில் பயன்படுத்தி வெற்றி பெற்ற பின் தான் புத்தக வடிவில் வெளியிட முனைந்துள்ளேன்.இந்த புத்தகத்தை வெளியிடும் 'சிக்ஸ்த்சென்ஸ்' புகழேந்தி அவர்களுக்கும் அவரது குழுவிற்கும் எனது அன்பும் நன்றியும் .

கரன்ஸி காலனியின் பக்கங்கள் ஒவ்வொன்றும் தொழில் முனைவோரின் மனங்களை பொன் விளையும்பூமியாக மாற்றும்.

என்றும் உங்கள்...

அந்திமழை ந.இளங்கோவன்

பெங்களூரு, *30/9/2016.*

பொருளடக்கம்

1. மூணு நிமிஷ பாடலில் முன்னேற்றம் சாத்தியமா? — 05
2. அப்பளம் சொன்ன செய்தி! — 11
3. வழிகாட்டும் வைராக்கியம். — 17
4. தடைக்கல்லில் இருந்து படிக்கல்லுக்கு! — 23
5. பலூன் கனவுகள்! — 29
6. வில்லங்கத்தை விலக்குவோம்! — 33
7. ஹோட்டல் மகாராஜா! — 39
8. பொது அறிவு = பெரிய வெற்றி — 45
9. பயோகான் பாடங்கள்! — 51
10. அடுத்தவரை காப்பியடிக்கலாம், ஆக்கபூர்வமாக! — 57
11. சாதனைகளுக்கு முன்மாதிரி இல்லை! — 63
12. கூடிப்பேசு.. கோடி வெற்றி! — 68
13. மூன்றாவது கோணம் முக்கியமானது. — 73
14. தோல்விகளின் வலி — 77
15. அந்த ஒரு கனவு! — 82

1

மூணு நிமிஷ பாடலில் முன்னேற்றம் சாத்தியமா?

“அப்போது எனது அலுவலகத்தில் ஃபேக்ஸ் மிஷின் கிடையாது. அருகிலுள்ள ஃபேக்ஸ் ஆபரேட்டரின் எண்ணைத்தான் PP எண்ணாகக் கொடுத்திருந்தேன். தினமும் காலை முதல் வேலையாக ஃபேக்ஸ் ஆபரேட்டரைக் கூப்பிட்டு, எனக்கு ஏதாவது ஃபேக்ஸ் வந்திருக்கிறதா என்று கேட்பேன். வாரத்தில் மூன்று, நான்கு நாட்களுக்கு இல்லை என்ற பதில் வரும். ஆம் என்றால், பிபிசியா அல்லது ஸ்டாரா என்று கேட்பேன்.

'தினமும் காலையில் முதல் வேலையாக பேக்ஸ் ஆபரேட்டரைக் கூப்பிட்டு எனக்கு ஏதாவது பேக்ஸ் வந்திருக்கிறதா என்று கேட்பதுண்டு. வாரத்தில் மூன்று, நான்கு நாட்களுக்கு இல்லை என்ற பதில் வரும். ஆம் என்றால், பிபிசியா அல்லது ஸ்டாரா என்று கேட்பேன். உடனே யாரையாவது அனுப்பி அதை வாங்கிக் கொள்வேன்' என்று பழைய நாட்களை நினைவு கூறுகிறார் ராகவ். இவர் சிஎன்என்-ஐபிஎன் உட்பட பல டிவி சேனல்களையும், பத்திரிகை, இணையதளங்களையும் நடத்தும் நெட்வொர்க் 18 குழுமத்தின் முன்னாள் நிறுவனத் தலைவர்.

ஒரு ஐஏஎஸ் அதிகாரியின் மகனாகப் பிறந்து எம்பிஏ படித்துவிட்டு ஏ. எஃப் பெர்கூசன் என்ற ஆடிட் நிறுவனத்தில் பணியாற்றிவிட்டு பன்னாட்டு வங்கியான அமெரிக்கன் எக்ஸ்பிரஸில் சேர்ந்தார் ராகவ். இது நடுத்தரக் குடும்பங்களின் கனவு வேலை, அது தரும் சொகுசு வாழ்க்கை. அதிலிருந்து விடுபட யாராவது விரும்புவார்களா? ராகவ் விரும்பினார்.

பள்ளி மற்றும் கல்லூரி நாட்களில் மேடைப்பேச்சு மற்றும் விவாதங்களில் பங்கு பெறுவது ராகவிற்குப் பிடித்தமான ஒன்று. கல்லூரி நாட்களில் தூர்தர்ஷனின் யூத் போரம் நிகழ்ச்சிகளில் பங்குபெற்ற அனுபவம் உண்டு.

எண்பதுகளின் இறுதியில் இந்தியாடுடே நிறுவனம் நியூஸ் ட்ராக் என்ற வீடியோ செய்தி பத்திரிகையை ஆரம்பித்தது. அதன் தயாரிப்பாளர்களில் ஒருவரான வினோத்திற்கு ராகவ் தூர்தர்ஷன் காலத்திலிருந்து பழக்கமானவர். இதில் நிகழ்ச்சித் தொகுப்பாளராக வருகிறாயா என்று வினோத் கேட்க, அமெரிக்கன் எக்ஸ்பிரஸ் வேலையை முடித்துவிட்டு மாலை வேளைகளிலும், சனி ஞாயிறுகளிலும் வேலை செய்வதென்றால் வருகிறேன் என்றார் ராகவ். அங்கே இப்படி பகுதி நேர பணியில் மூன்று ஆண்டுகாலம் பயணித்த ராகவுக்கு வேறொரு சிந்தனை.

மனதிற்குப் பிடித்த நியூஸ் வேலையை முழு நேரமாக செய்தால் என்ன? அதிக சம்பளம், சமூகத்தில் உயரிய மரியாதை தரும் பன்னாட்டு வங்கிவேலையை விடுவதா? என்ற சிந்தனைகளுக்குள் சிக்கி தவித்தார் ராகவ்.

பிடித்த வேலையை செய் என்று மனதிற்குள் மணி அடித்தது. வங்கி வேலையை ராஜினாமா செய்துவிட்டு வீடியோ

பத்திரிகையில் முழு நேரம் பணியாற்றினார்.

தொண்ணூறுகளின் ஆரம்பத்தில் இந்தியாவில் சாட்டிலைட் தொலைக்காட்சியின் ஒளிபரப்பு சரியாக முறைப் படுத்தப்படாத நேரம் ஈராக்கில் யுத்தம் நடந்து கொண்டிருந்தது. ஈராக்கில் குண்டு விழுவதையும் எதிர்தாக்குதல் நடத்தப்படு வதையும் இந்தியர்கள் சி.என்.என் தொலைக்காட்சியின் மூலம் உடனுக்குடன் பார்க்கும் வாய்ப்பு உருவானது.

தொலைக்காட்சியின் மூலம் நேரடியாக பார்க்கும் வாய்ப்பை இந்தியர்கள் ஒரு வித சிலிர்ப்புடன் அனுபவித்தார்கள். நியூஸ்ட்ராக்கில் இரண்டு ஆண்டுகள் பணியாற்றிவிட்டு பிஸினஸ் இந்தியா டெலிவிஷனின் பிஸினஸ் பற்றிய வீடியோ பத்திரிகையில் வேலை செய்த ராகவ், நேரடி சாட்டிலைட் தொலைக்காட்சி, வீடியோ பத்திரிகைக்கு சாவு மணி அடித்துவிட்டதை உணர்ந்தார்.

அப்போது மற்றொரு கதவு திறந்தது.

வெளிநாடு வாழ் இந்தியர்களுக்கான நிகழ்ச்சியைத் தயாரித்துத் தரமுடியுமா என்று தெரிந்தவர்கள் மூலம் ராகவிற்கு அழைப்பு வந்தது.

தொழில் தெரிந்த நால்வரை கூட்டணியாக வைத்துக் கொண்டு சுமார் இரண்டு லட்சம் ரூபாய் முதலீட்டில் ராகவ் இரண்டு பைலட் நிகழ்ச்சிகளைத் தயாரித்தார்.

த இந்தியா ஷோ, என்ற நிகழ்ச்சி ஹாங்காங்கில் உள்ள ஸ்டார் டிவிக்கும் த இந்தியா பிசினஸ் ரிப்போர்ட் என்ற நிகழ்ச்சி பிபிசிக்கும் அனுப்பப்பட்டன. இரண்டு நிகழ்ச்சிகளும் ஹிட் ஆயின. வாழ்க்கையின் அடுத்த அத்தியாயம் ஆரம்ப மானது. டிவி 18 என்ற புதிய நிறுவனத்தை சிலரோடு சேர்ந்து பார்ட்னர்ஷிப்பில் ஆரம்பித்தார் ராகவ். 1993-ல் பத்து நபர்களைக் கொண்டிருந்த

டிவி 18 குழு, 1997-ல் நூறைக் கடந்தது. ஸ்டார் டிவி, பிபிசி தவிர ஜீ டிவி மற்றும் சோனி டிவிக்கும் நிகழ்ச்சிகளை தயாரித்தது. இந்த காலகட்டத்தில் அமெரிக்க நிறுவனத்தால் நடத்தப்பட்ட ஆசியா பிசினஸ் நியூசுக்கும்(ஏபிஎன்) டிவி18 வாரத்திற்கு மூன்றிலிருந்து நான்கு நிகழ்ச்சிகளை தயாரித்துக் கொடுத்தது.

எல்லாம் சீராகச் சென்று கொண்டிருந்த தருணத்தில் வேறொரு வாய்ப்பின் கதவு திறந்தது.

ஏபிஎன் நிறுவனம் இந்தியாவில் தொலைக்காட்சி ஆரம்பிக்க விரும்பியது. அதுவும் டிவி 18-னுடன் கூட்டணி சேர்ந்து தொடங்க விரும்பியது. நல்ல வாய்ப்புதான், ஆனால்வாய்ப்புடன் இரண்டு சிக்கல்களும் ஒட்டிக்கொண்டு வந்தன.

ஏபிஎன்னுடன் கூட்டுத் தொழில் ஆரம்பிக்க வேண்டு மென்றால் மிகப்பெரிய பணபலம் தேவைப்பட்டது. டிவி18 தொலைக்காட்சி நிறுவனம் ஆரம்பிப்பதென்றால் அப்போது செய்து வந்த நிகழ்ச்சி தயாரிப்புகளை தொடர முடியாது என்பது இரண்டாவது சிக்கல். அதிகப்படியான பணம் தேவைப்படுகிற பொழுதில், இருக்கின்ற வருவாயை துறக்க வேண்டிய சூழல்.

மிகப்பெரிய சவால்களை சந்திக்க வேண்டிய நிர்ப்பந்த மிருந்தாலும் தொலைக்காட்சி ஆரம்பிக்கவே விரும்பிய ராகவ் தன்னிச்சையாக முடிவெடுக்க விரும்பவில்லை. டிவி18 அங்கத்தினரிடம் தனித்தனியாக வும், மொத்தமாகவும் அழைத்து ஆலோசனை நடத்தினார். ஒட்டு மொத்தமாக அனைவரும்

தொலைக்காட்சி ஆரம்பிக்கவேண்டுமென வாக்களிக்க காரியத்தில் இறங்கினார் ராகவ். நிறுவனத்தின் ஷேர்களை அடமானம் வைப்பது, கடன் வாங்குவது என்று பல்வேறு சோதனைகளைக் கடந்து ஏபிஎன்:டிவி 18 கூட்டு நிறுவனம் 51:49 சதவிகித பங்கீட்டில் ஆரம்பிப்பதற்கு அனைத்து வேலைகளும் முடிந்த நிலையில் மிகப்பெரிய தடங்கல் அரசின் ரூபத்தில் வந்தது.

அது வெளிநாட்டு நிறுவனங்கள் தனியார் தொலைக்காட்சி ஆரம்பிப்பது குறித்த சரியான வழிமுறைகளை (கொள்கை) மத்திய அரசு ஏற்படுத்தாத காலகட்டம்.

அந்த காலத்தில் (97- 99) ஒரு நிச்சயமற்ற சூழலில் மத்திய அரசு இருந்தது. ஆட்சிகள் கவிழ்வதும் வருவதுமாக மூன்று ஆண்டில் மூன்று அரசுகள் இருந்தன. வெளிநாட்டு நிறுவனத்துடன் சேர்ந்து இந்திய நிறுவனம் கூட்டாக தொலைக்காட்சி தொடங்குவதற்கு தேவையான அனுமதி கிடைக்காமல் திண்டாடிப் போய்விட்டார் ராகவ். அரசாங்கத்தின் அனுமதி கிடைக்கா விட்டால் நூற்றி ஐம்பதிற்கும் மேற்பட்ட பணியாளர்களை வீட்டுக்கு அனுப்பிவிட்டு நிறுவனத்தை திண்டுக்கல் பூட்டு போட்டு பூட்ட வேண்டிய நிலையிலும், 'தம்' கட்டிப் போராடினார் ராகவ்.

நிச்சயமின்மை போய் ஒரு வழியாக 98-99 ஆம் ஆண்டு மத்தியில் நிலையான ஆட்சி ஏற்பட்டது. புதிய தொலை தொடர்பு அமைச்சரான சுஷ்மா சுவராஜிடம் மீண்டும் முறையிட்டார் ராகவ். தொடர் முயற்சிகளுக்கு பின் ஒரு வழியாக அனுமதி கிடைக்க புதிய தொலைக்காட்சி உதயமானது.

அதற்கு பின் நெட்வொர்க் 18 பல சேனல்களை ஆரம்பித்ததும் உச்சத்திற்குப் போனதும் எல்லாருக்கும் தெரிந்த கதைதான்.

வெற்றி பெற்ற அனேகரும் கனவுகளை துரத்தும்போது உறுதியான ஏதோ ஒன்றைத் துறந்து விட்டு போராட வருகிறார்கள்.

பத்னி கம்ப்யூட்டர் நிறுவனத்தின் ஜெனரல் மேனேஜர் வேலையை நாராயண மூர்த்தி ராஜினாமா செய்ததால் இன்போசிஸ் கிடைத்தது.

அரசாங்க கண்டக்டர் வேலையை சிவாஜிராவ் ராஜினாமா செய்ததால் ஒரு சூப்பர் ஸ்டார் கிடைத்தார்.

மூணு நிமிட பாட்டில் முன்னுக்கு வர முடியுமா? என்பது தமிழ் சினிமாவை பகடி செய்வதற்காக அடிக்கடி கேட்கப்படும் கேள்வி.

ராகவின் பிஸினஸ் பயணத்தையோ, கண்டக்டர் டூ சூப்பர்ஸ்டார் கதையையும் மூன்று பக்கக் கட்டுரையாகவோ, முன்னூறு பக்க புத்தகமாகவோ எழுதலாம்... ஏன் மூணு நிமிடத்தில் முன்னுக்கு வரும் சினிமா பாட்டாகவும் எடுக்கலாம்.

நம்புங்க பாஸ்... முயற்சி செய்தால் முன்னேறலாம்.

ஆரம்பம் முயற்சியில்தான்.

Behind every success is ambition.
Behind every ambition is effort.
Behind every effort is someone
who is willing to try.

ந. இளங்கோவன்

2

அப்பளம் சொன்ன செய்தி!

வெயில் மிகுந்த மார்ச் மாதத்து மதியம். அந்த ஏழு பெண்களின் ஜமா தொடங்கியது. வழக்கம்போல் சமையல் வேலைகளை முடித்துவிட்டுப் பேச உட்கார்ந்தார்கள். ஆலைத் தொழிலாளியான தங்கள் கணவன் கொண்டுவரும் பணத்தைக் கொண்டு குடும்பம் நடத்த முடியாமல் திண்டாடுவதைப் பற்றித்தான் ஒவ்வொரு பெண்ணும் கவலைப்பட்டும் பேசுவது வழக்கம்.

Awards and Accolades
The Economic Times Award given to the Institution for Corporate
Excellence **"Business Woman Of the Year"** on
6th September 2002

எத்தனை நாளுக்குத்தான் வெறுமனே பேசிக்கொண்டிருப்பது? இந்தப் பணப்பிரச்சனைக்கு தீர்வுகாணும் விதமாக ஏதாவது செய்யவேண்டும் என்கிற ஆர்வம் அவர்களுடைய பேச்சில் தெரிந்தது. விஷய ஞானமோ, படிப்பறிவோ இல்லாத அவர்களுக்கு நன்றாகத் தெரிந்த ஒரே விஷயம், சமையல்!

சொல்லிகொள்ளும் படியான சாதுரியமோ, பணபலமோ இல்லாத அந்த ஏழு பெண்களிடமும் எதையாவது செய்யவேண்டும் என்கிற முனைப்பு இருந்தது. விவாதத்தின் வழியாக ஒரு முடிவுக்கு வந்தனர். சிறியதாக ஒரு தொழிலை ஆரம்பிப்பது. அதுவும் தங்களுக்குத் தெரிந்த அப்பளத் தயாரிப்பில் ஈடுபடுவது.

தினசரி வயிற்றுப் பிழைப்பே திண்டாட்டமாக இருக்க, தொழில் தொடங்கத் தேவையான முதலீட்டுக்கு என்ன செய்வது என்கிற கேள்வி அச்சமாக உருவெடுத்தது. என்றாலும், மனத்தைத் திடப்படுத்திக்கொண்டு, தங்களுக்குத் தெரிந்த சகன்லால் கரம்ஸி பரீக்கிடம் எண்பது ரூபாய் கடன் வாங்கினார்கள்.

அந்தத் தொகையை மூலதனமாக வைத்துக்கொண்டு ஐம்பதுகளின் இறுதியில் மக்கள் நெருக்கடி நிரம்பிய தென் மும்பைக் குடியிருப்புப் பகுதியில் அமைதியாக ஆரம்பித்தது அப்பளத் தொழில்.

எகனாமிக் டைம்ஸ் பத்திரிகை வருடந்தோறும் பல்வேறு பிரிவுகளில் சிறந்த தொழிலதிபர்களுக்கான விருதை வழங்கி

வருகிறது. நுனி நாக்கு ஆங்கிலமும், கோட்டு சூட்டு போட்ட உயர்ந்த மனிதர்களும் புடை சூழ நிகழும் எகனாமிக் டைம்ஸ் விருது வழங்கும் நிகழ்ச்சியில் பரிசு வாங்குவதென்பது பெரிய கவுரவம் மட்டுமல்ல, மாபெரும் வெற்றிக்கான அங்கீகாரமும்கூட.

2002ல் நடந்த எகனாமிக்ஸ் டைம்ஸ் விழா. அப்போதைய மத்திய நிதி அமைச்சர் ஜஸ்வந்த் சிங் மேடையில் விருது வழங்குகிறார். ஒவ்வொரு பரிசுக்கான பெயரும் அறிவிக்கப்பட, கரவொலி தொடர்கிறது. 2002 ஆம் ஆண்டுக்கான சிறந்த பெண் தொழிலதிபர் 'ஜஸ்வந்திபென் ஜமந்தாஸ் போப்பட்' (Jaswantiben Jamandas Popat) என அறிவிக்கபட்டது.

பள்ளிப் படிப்பைத் தாண்டாத, எண்பது வயதான, சாதாரண கைத்தறி சேலை அணிந்த அந்தப் பெண்மணி எழுந்துவர, கூட்டத்தினர் மத்தியில் கலவையான உணர்வு. சில நொடி மவுனத்துக்குப்பின் எழுந்த கரவொலி நீண்ட நேரம் தொடர்ந்தது.

1959ல் எண்பது ரூபாய் கடனில் ஆறு தோழிகளுடன் சேர்ந்து ஜஸ்வந்திபென் தொடங்கிய அப்பளத் தொழில்தான் இன்று எகனாமிக் டைம்ஸ் விருதுவரைக்கும் விரிந்திருக்கிறது.

அந்த வருடம் அவர்களது அப்பள நிறுவனத்தின் டர்ன் ஓவர் முன்னூற்றி பதினைந்து கோடி ரூபாய்! நிறுவனத்தின் பெயர் - ஸ்ரீ மகிளா கிரிஹா உத்யோக் லிஜத் பப்பட் (Sri mahila griha udyog lijjat papad) ஆயிரக்கணக்கான பெண்களின் முயற்சியாலும் கடுமையான உழைப்பாலும்தான் இது சாத்தியமானது.

ஆரம்பத்தில், அப்பளத் தயாரிப்புக்குத் தேவையான மூலப் பொருட்களை வாங்குவது, அப்பளம் தயாரிப்பது, தெருத்தெருவாகச் சென்று விற்பது, விற்ற பணத்தில் மீண்டும் தயாரிப்பு என்று எல்லா வேலைகளையும் ஏழு பெண்களும் தங்களுக்குள் பகிர்ந்து கொண்டார்கள்.

அப்பளத் தொழிலின் முதல் தடைக்கல் மழை வடிவில் வந்தது. அப்பளம் காய்வதற்கு வெயில் வெகு அவசியம். மும்பையின் பிரசித்தி பெற்ற மழை சீசனில் அப்பள வியாபாரம் செய்யமுடியாமல் போன ஏழு பேரும் கூடி விவாதித்தார்கள். மாற்று ஏற்பாடு செய்வதற்கான பொருளாதார வசதி இல்லை. மாதக்கணக்கில் மழை தொடர்கிறது. ஆனாலும், அவர்கள் யாரும் சோர்ந்துவிடவில்லை.

மழை விட்டதும், வியாபாரம் விட்ட வேகத்தில் தொடர்ந்தது, அடுத்த மழைக்குமுன் ஒரு கட்டிலும் ஸ்டவ்வும் தயார். மழைக் காலங்களில் கட்டிலின் மேல் அப்பளத்தைப் பரப்பிப் போட்டு, கீழே ஸ்டவ்வை வைத்து உலர்த்திக்கொண்டனர். வியாபாரம் தங்கு தடையின்றித் தொடர்ந்தது.

சிக்கலும் சிரமமுமாக ஆரம்பித்த வியாபாரம் சூடுபிடித்ததும், பணியாளர்களின் எண்ணிக்கையை உயர்த்தினார்கள். மூன்றாவது வருடத்துக்குள் முன்னூறுக்கும் அதிகமான பெண்கள் ஈடுபட, நிறுவனம் வேகமாக வளர்ந்தது. அப்பளத்துக்கு லிஜ்ஜத் (Lijjat) என்று பெயர் சூட்டப்பட்டது.

மற்ற நிறுவனங்களைப் போல் அல்லாமல், லாபத்தை உறுப்பினர்களுக்குள் பிரித்துக் கொண்டார்கள். வியாபாரம் பெருகும்போது தரத்திலும் அதிக கவனம் செலுத்தப்பட்டது. உயர்தர மூலப்பொருட்களைப் பயன்படுத்துவது என்று முடிவு செய்து, அதற்கான முயற்சிகளையும் தொடர்ந்தனர். உதாரணமாக, ஒருவகை உளுந்து மியான்மரிலிருந்தும், பெருங்காயம் இரானிலிருந்தும், நல்ல மிளகு கேரளத்திலிருந்தும் கொள்முதல் செய்யபட்டன. தரத்தில் அவர்கள் செலுத்திய கவனம் வெளிநாடுகளில் இருந்து ஆர்டரை பெற்றுதர, லிஜ்ஜத் அப்பளம் உலகம் முழுவதும் ஏற்றுமதியானது.

அப்பளத்தோடு நிறுத்திக்கொள்ளாமல், மசாலாப் பொடி, கோதுமை மாவு, சோப் பவுடர், என்று தயாரிப்புகள் பெருகின. நிறுவனம் வளர்ந்தது. 45000க்கும் மேற்பட்ட உறுப்பினர்கள், அறுபதுக்கும் மேற்பட்ட கிளைகள், பல நாடுகளுக்கு ஏற்றுமதி என்று லிஜ்ஜத் அப்பள நிறுவனம் (SMGULP) உயரப்பறக்கிறது இன்று.

இந்தப் பிரமாண்ட வெற்றியின் தொடக்கப்புள்ளி 1959 ஆம் வருடத்து மதியத்தில், அந்த ஏழு பெண்கள் கூட்டணி எடுத்த முயற்சியில் இருந்தது. முயற்சி செய்யாமல் இருப்பதற்கான காரணம் பலரிடமும் தயார் நிலையில் இருக்கிறது.

'டாடா, பிர்லா போல் வசதி வாய்ப்பு இல்லை.', 'அம்பானி காலம் வேறு, இன்றைய சூழல் வேறு', 'பெரிதாக ஏதும் படிக்க வில்லையே!', 'குடும்ப சூழலும் கமிட்மெண்ட்டும் எதையும் செய்யவிடாமல் தடுக்கின்றன.' - இப்படி ஏதாவது ஒரு காரணத்தைக் கைவசம் வைத்திருக்கிறோம்.

ஆனால் முயற்சி செய்வதற்குப் பெரிய காரணம் ஏதும் தேவையில்லை, முயற்சி செய்ய விரும்பும் மனம் ஒன்றே போதும். பலர் முயற்சி செய்யாமல் இருப்பதற்கு, தோற்றுவிடுவோமோ என்ற பயம்தான் பிரதான காரணம். பிறக்கும் போது எல்லோரிடமும் முயற்சி செய்வதற்கான உந்துதல் போதுமான அளவுக்கு இருக்கிறது.

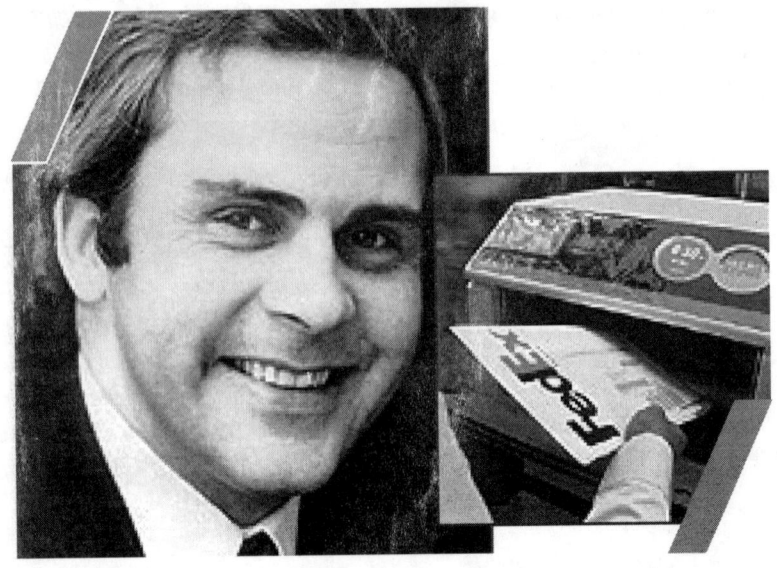

கால் பலப்படாமல் தொடர்ந்து விழும்போதிலும், நடப்பதற்கான முயற்சியை குழந்தைகள் கைவிடுவதில்லை. அடுத்தவர்கள் சிரிப்பார்களே என்ற யோசனையோ, பெரியவர்கள் மாதிரி நடக்க முடியவில்லையே என்ற கவலையோ குழந்தைகளுக்கு இல்லை. நாமும் நடக்க வேண்டுமென்ற உந்துதல் மட்டும்தான் அவர்களிடம் இருக்கிறது.

நடைபழகும் குழந்தையின் மனோ நிலை, படிக்காத அந்த ஏழு பெண்களிடமும் இருந்ததால்தான் லிஜ்ஜத் அப்பளத்தின் வெற்றிக் கனவு சாத்தியமானது.

தொழில் தொடங்க விரும்பும் ஒவ்வொருவரும், தாங்கள் தொலைத்துவிட்ட குழந்தைப் பருவ உந்துதலை மீட்டெடுப்பது அவசியம்.

Fear of failure must never be a reason not to try something
~GÚ Frederick Smith

சொன்னதைத் திரும்பத் திரும்ப சொல்லிக்கொள்வது அவசியம்.

3

வழிகாட்டும் வைராக்கியம்.

இரண்டாம் உலகப்போர் நடந்துகொண்டிருந்த காலம் அது. அப்போது மும்பை அப்பர் கொலாபாவில் இருந்த ஒரு கட்டடத்தை குல்சும் பாய் பதம்ஸி என்ற பெண்ணிடம் இருந்து பிரிட்டிஷ் கடற்படை வாடகைக்கு வாங்கிப் பயன்படுத்தியது. ஆனால் போர் முடிந்த பின்னர் திருப்பித்தரவேண்டிய பிரிட்டிஷ் கடற்படை, அதைச் செய்யாமல், தொடர்ந்து கட்டடத்தைத் தம்வசமே வைத்திருந்தது. அதற்கான வாடகைத் தொகையான ஐயாயிரம் ரூபாயை மட்டும் தந்துகொண்டிருந்தது.

ஆனால் குல்சும்பாய் பதம்ஸிக்கு அந்தக் கட்டடம் தேவைப்பட்டது. பிரிட்டீஷ் ராணுவத்திடம் போய் கட்டடத்தைத் திரும்ப கேட்கத் தயாரானார். அப்போது அவருக்குத் தெரிந்தவர்கள் எல்லாம், "வேண்டாம்" என்று தடுத்தார்கள். காரணம், பிரிட்டிஷாரைப் பார்த்துக் கேள்வி கேட்க எல்லோருக்கும் பயம்.

"என் கட்டடத்தைத் திரும்ப கேட்க நான் எதற்காகப் பயப்பட வேண்டும்' என்று சொல்லி, பிரிட்டிஷ் கடற்படை அதிகாரிகளைச் சந்திக்கக் கிளம்பினார் குல்சும்பாய் பதம்ஸி.

பிரிட்டிஷ் கடற்படை அலுவலகத்துக்குச் சென்று கர்னல் டெம்பிளைச் (Col. Temple) சந்தித்து, விஷயத்தைப் பக்குவமாகச் சொல்லி, தனது கட்டடத்தைத் திரும்பத் தருமாறு கேட்டார்.

எல்லாவற்றையும் பொறுமையாகக் கேட்ட கர்னல், 'நீங்கள் சொல்வது எல்லாம் சரி, ஆனால் இப்போது எங்களால் கட்டடத்தைத் திருப்பித்தர முடியாது. வாடகையை மட்டும்தான் தர முடியும்'' என்றார்.

''இப்படிச் சொல்வது சரியல்ல. கட்டடம் என்னுடையது. உங்களுடைய வேண்டுகோளின்படி போர்க்காலப் பயன்பாட்டுக்காகத் தந்தேன். தற்போது போர் முடிந்துவிட்டதால், நீங்கள் கட்டடத்தைத் திருப்பி தர வேண்டும்'' என்றார் குல்சும்பாய் பதம்ஸி.

''எங்களால் திருப்பித் தர முடியாது'' என்றார் கர்னல்.

'' நீங்கள் திருப்பித் தரும்வரை நான் காத்திருப்பேன்'' - குல்சும்பாய்.

''சரி, காத்திருங்கள்'' என்று கர்னல் கூற, மவுனமாக வெளியேறினார் குல்சும்பாய்.

மதியம் சாப்பிடச் செல்வதற்காக வெளியே வந்த கர்னல் டெம்பிள், வரவேற்பறையில் இருக்கும் நாற்காலியில் குல்சும்பாய் அமர்ந்திருப்பதைக் கவனித்தார். வியப்பாக இருந்தது. இவ்வளவு நேரமும் இங்கேயே காத்திருக்கிறாரா என்ன.. சரி, கொஞ்ச நேரம் இருப்பார். பிறகு போய்விடுவார் என்று தனக்குள் கூறியபடியே சென்றுவிட்டார்.

சாப்பிட்டு விட்டுத் திரும்பியபோதும் குல்சும் பாய் அதே இடத்தில் அமர்ந்திருந்தார். மறுநாள் கர்னல் வேலைக்கு வந்தபோதும் வரவேற்பரையில் குல்சும்பாய் அமர்ந்திருந்தார்.

''மிஸஸ் குல்சும்பாய் பதம்ஸி, இங்கே என்ன செய்கிறீர்கள்?'' என்று கர்னல் கேலியாகக் கேட்க, ''உங்களிடம் இருந்து என்னுடைய கட்டடத்தைத் திரும்பப் பெறுவதற்காகவே காத்திருக்கிறேன்'' என்றார்.

அதைக்கேட்டு புன்னகைத்துக்கொண்டே, 'சரி காத்திருங்கள்'' என்று சொல்லிவிட்டு, தன்னுடைய அறைக்குள் சென்றுவிட்டார் கர்னல்.

அலுவலகத்துக்குச் செல்வது போல தினசரி சரியான நேரத்தில் குல்சும்பாய் பதம்ஸி கர்னலின் அலுவலக வரவேற்பறைக்கு வந்து அமர்ந்து, மவுனமாக ஸ்வெட்டர் பின்னிக் கொண்டிருப்பார். அலுவலக நேரம் முடியும் வரை அங்கேயே இருந்துவிட்டு, பிறகு வீட்டுக்குப் போய்விடுவார்.

உரத்த குரலெழுப்பாமல், சண்டையிடாமல், தினசரி வந்து காத்திருந்துச் விட்டுச் சென்றார் குல்சும்பாய்.

நாள்கள் மாதங்களாகியும் காத்திருப்பு தொடர்ந்தது. கர்னலின் பார்வையில் தட்டுப்பட்டுக் கொண்டிருந்த குல்சும்பாயின் காத்திருப்பு மெல்ல அவரது சிந்தனையை ஆக்கிரமித்தது. இன்னும் சில மாதங்கள் கழிந்தன.

ஒருநாள் மதியம் சாப்பாட்டுக்குப் பின் திரும்பிய கர்னலால் அலுவலக வேலையைச் செய்ய முடியாத அளவு குல்சும் பாயைப் பற்றிய சிந்தனை ஆக்கிரமித்தன. சிறிது யோசனைக்குப் பின் குல்சும்பாய் பதம்ஸியை உள்ளே வரச் சொன்னார். சிறு உரையாடலுக்குப் பின் அவரது கட்டடத்தைத் திருப்பித் தர ஏற்பாடு செய்தார்.

தனது கட்டடத்தைப் பெற்றே தீருவது என்ற குல்சும்பாய் பதம்ஸியின் வைராக்கியம் அவருக்கு வெற்றியைப் பெற்றுத் தந்தது.

குல்சும்பாய் பதம்ஸியின் மகன்தான் இந்திய விளம்பர உலகின் தந்தை என அழைக்கப்படும் அலெக் பதம்ஸி (Alyque Padamsee) லக்ஸ், லைஃப்பாய், காமசூத்ரா போன்ற புகழ்பெற்ற தயாரிப்புகளுக்கான விளம்பரப் படங்களை உருவாக்கிய அலெக் பதம்ஸி, லிண்டாஸ் நிறுவனத்தை மிகப்பிரமாண்டமான உயரத்துக்கு அழைத்துச் சென்றார்.

வியாபாரத்தில் சிக்கல் வரும்போது சோர்ந்துவிடாமல் இருக்க அலெக் பதம்ஸி தனது தாயாரின் வைராக்கியத்தை நினைத்துப் பார்ப்பதுண்டு என தனது வாழ்க்கைக் கதையில் கூறுகிறார்.

அந்திமழை ந. இளங்கோவன்

வியாபாரம் செய்யும்போது தோல்வியைத் தொட்டுவிடும் தொலைவுக்கு அடிக்கடி போய்வரும் சந்தர்ப்பங்கள் நிகழலாம். அப்போதெல்லாம் வைராக்கியம்தான் உங்களை வழிநடத்தும். அந்த மனோநிலையில், முயற்சியைக் கைவிடாமல் இருக்கச் செய்வது வைராக்கியம்தான்.

பெரும் பணமோ, பின்புலமோ இல்லாமல் வைராக்கியத்துடன் வியாபாரத்தில் குதித்த பலர் இந்தியாவின் வர்த்தக உலகத்தையே தலைகீழாகப் புரட்டிப் போட்டிருகிறார்கள். அவர்களை பற்றித் தெரிந்துகொள்வதற்கு முன் ஒரு நம்பிக்கையூட்டும் புள்ளி விவரம்.

1969ல் இந்தியாவின் முதல் பத்து இடங்களில் இருந்த தொழில் நிறுவனங்கள் (முதல் பத்து இடங்கள் அவர்களது சொத்துமதிப்பைக் கொண்டு முடிவுசெய்யப்பட்டது)

1. டாடா (Tata) - 505 கோடிகள்
2. பிர்லா (Birla) - 456 கோடிகள்
3. மார்டின் பர்ன் (Martin burn) - 153 கோடிகள்
4. பங்கர் (Bangur) - 104 கோடிகள்
5. தபார் (Thapar) - 98 கோடிகள்
6. நாகர்முல் (Nagaurmull) - 95 கோடிகள்
7. மபத்லால் (Mafatlaal) - 92 கோடிகள்.
8. ஏ.சி.சி (Acc - [Tata]) - 89 கோடிகள்
9. வால்சந்த் (Walchand) - 81 கோடிகள்
10. ஸ்ரீராம் (Shriram) - 74 கோடிகள்

2005 ஆம் ஆண்டின் முதல் பத்து இடங்களில் உள்ள பத்து நிறுவனங்களின் (on the basis os average market captalisation April - Sep 2005) வரிசை

1. ரிலையன்ஸ் இண்டஸ்ட்ரீஸ் 88281 கோடிகள்
2. டி.சி.எஸ் - 62462 கோடிகள்
3. இன்போஸிஸ் - 60584 கோடிகள்
4. விப்ரோ - 49677 கோடிகள்.
5. பாரதி டெலிவின்சர்ஸ் - 48647 கோடிகள்

6. ஐ.டி.சி - 39716 கோடிகள்

7. ஹிந்துஸ்தான் லீவர் - 33688 கோடிகள்

8. ஐ.சி.ஐ.சி.ஐ. பேங்க் - 33166 கோடிகள்

9. ஹச். டி. எப்.சி - 21144 கோடிகள்.

10. டாடா ஸ்டீல் - 20637 கோடிகள்

மேலோட்டமாகப் பார்க்கும் போது இது வெறும் புள்ளி விவரம்தான். உன்னிப்பாகக்

கவனித்தால் நம்பிக்கை துளிர்க்கும். 2005ன் முதல் பத்து நிறுவனங்களின் வரிசையில் தென்படும் முதல் மூன்று நிறுவனங்கள் கடந்த நாற்பது வருடங்களுக்குள் சொற்ப முதலீட்டில் ஆரம்பிக்கப்பட்டவை.

அம்பானியின் ரிலையன்ஸ், நாராயணமூர்த்தியின் இன்போசிஸ், மித்தலின் பாரதி டெலிவென்சர்ஸ் ஆகிய நிறுவனங்களின் வெற்றிக் கதை சாதாரண மக்களுக்கு உற்சாகம் கொடுப்பவை. இந்தக் கதைகளை வாசிக்கும் யாரும் முயன்றால் வெற்றி பெறலாம். அந்த நம்பிக்கையைத் தூண்டிவிடும் உற்சாக டானிக்காக அவர்களுடைய கதைகள் அமைந்திருக்கின்றன.

4
தடைக்கல்லில் இருந்து படிக்கல்லுக்கு!

இந்தியாவின் மொபைல் புரட்சியில் முன்னணி வகிக்கும் ஏர்டெல் சேவையை வழங்கும் பாரதி டெலிவென்சர்ஸ். அதன் தாய் நிறுவனம் வெறும் இருபதாயிரம் ரூபாயில் ஆரம்பிக்கப்பட்டது என்று சொன்னால், நம்புவதற்குச் சிரமமாகத்தானிருக்கும்.

பஞ்சாப் பல்கலைக்கழகத்தில் பட்டப்படிப்பை முடித்த சுனில் மித்தல், லூதியானாவில் கிராங்சாப்ட் மற்றும் சைக்கிள் உதிரிபாகம் தயாரிக்கும் நிறுவனத்தை ஆரம்பிக்கிறார். அதற்கான முதலீடு இருபதாயிரம் ரூபாய். கொஞ்சம் தொழில் அனுபவம் பெற்றபின் பெரிதாக ஏதாவது செய்யலாமே என்ற ஆர்வத்தில் டெல்லிக்கு இடம் பெயர்கிறார். தேடல் தொடர்கிறது. பல தொழில்களை ஆய்வு செய்த பின் போர்ட்டபிள் ஜெனரேட்டர்களை இறக்குமதி செய்வது என்று முடிவுசெய்து, அந்தத்துறையில் ஈடுபடுகிறார்.

வருடம் 1980. ஹோண்டா மற்றும் சுசுகி நிறுவனத்திலிருந்து அதிகமான போர்ட்டபிள் ஜெனரேட்டர்களை இறக்குமதி செய்தவர் என்ற விருதைப் பெறுகிறது அவரது நிறுவனம்.

கனவுகள் நனவாகும் நாட்கள் நெருங்கிவிட்டதாக நினைத்து சுனில் மித்தல் சந்தோஷப்படுகிறார். எல்லாம் சரியாக நடந்து கொண்டிருந்தது.

வருடம் 1983. இந்திய அரசாங்கம் ஜெனரேட்டர் இறக்குமதிக்குத் தடைவிதித்தது. ஒற்றை அரசாணை ஒட்டுமொத்த வியாபாரத்துக்கும் முற்றுப்புள்ளி வைத்துவிட்டது. திகைத்துப் போய்விட்டார் மித்தல்.

சிறந்த இறக்குமதியாளராகப் பரிசு பெற்ற மித்தலுக்கு அப்போது செய்வதற்குப் பெரிதாக ஏதுமில்லை. அடுத்த ஆறு மாதங்கள்

அமைதியாகவே கழிந்தன. மயான அமைதி அது. அதேசமயம், வியாபாரத்துக்கு முற்றுபுள்ளி வைத்த அரசாணையால் அவருடைய நம்பிக்கையையும் முயற்சியையும் ஒன்றும் செய்ய முடியவில்லை.

ஒருவருக்கான வழி மறைக்கப்பட்டு வாசல் மூடப்படும்போது சோகம், கோபம், சோர்வு என்று பலவித உணர்வெழுச்சிகளுக்கு உள்ளாகலாம். இதுபோன்ற சூழல் தொழில் முனைவோருக்கு அடிக்கடி நிகழலாம். அந்த மாதிரியான தருணங்களில் மனத்தைக் கொந்தளிக்க விடுவதால் பெரிதாக எதுவும் நிகழ்ந்துவிடுவதில்லை. வேறு எங்காவது புதிய வாசல் இருக்கிறதா என்ற தேடலைத் தொடங்குவதுதான் ஆக்கபூர்வமான செயல். அதைச் செய்யும்போது நல்ல முடிவுகள் கிடைக்கலாம்.

ஜெனரேட்டர் இறக்குமதி வியாபாரம் மூடப்பட்டபோதும் சோர்ந்துவிடாமல் சிந்தித்தார் சுனில் மித்தல். ஆறு மாத அமைதிக்குப் பின் தாய்வானில் நடந்த ஒரு தொழில் கண்காட்சிக்குச் சென்ற சுனில் மித்தல், Push Button தொலைபேசியைப் பார்க்கிறார். கையால் சுழற்றிச் சுழற்றி டயல் செய்யும் இந்தியர்களுக்கு இந்த மாடல் பிடிக்குமென்று மனத்தில் படுகிறது. அந்த நொடியே அவற்றை இறக்குமதி செய்யலாமா என்ற எண்ணம் சுனிலுக்குத் தோன்றுகிறது.

தாய்வானைச் சேர்ந்த கிங்டெல் என்ற நிறுவனத்துடன் கூட்டாகச் சேர்ந்து புஷ் பட்டன் தொலைபேசிகளை இந்தியாவுக்கு இறக்குமதி செய்யத் தொடங்குகிறார் சுனில் மித்தல். வருடம் 1983. தொலைத் தொடர்பு மீதான சுனில் மித்தலின் முதல் காதல் இதுதான்.

அதற்கு முன் இந்திய அரசின் ஐ.டி.ஐ மட்டும்தான் தொலைபேசிகள், அது தொடர்பான சாதனங்களையும் தயாரித்து விற்றுவந்தது.

தொலைபேசி சாதனங்களை இறக்குமதி செய்து விற்றுவந்த சுனில் மித்தல், பிறகு அவற்றை இந்தியாவிலேயே தயாரித்துக் கொள்வதற்கான அனுமதியை அரசு வழங்கியபிறகு, அதற்கான முயற்சியில் ஈடுபட்டார். சீமன்ஸ் சிஸ்டம்ஸ் நிறுவனத்துடன் கூட்டாகச் சேர்ந்து தொலைபேசி சாதனங்களைத் தயாரிக்க தொடங்கினார்.

தொலைதொடர்புத்துறை மீதான அவரது காதல் தொண்ணூறுகளின் தொடக்கத்தில் பெருக்கெடுத்தது. இந்திய அரசு தொலைத் தொடர்புத்துறையின் சில சேவைகளை தனியாருக்குத் தருவது பற்றி விவாதித்த காலம் அது.

அரசின் செயல்பாடுகளை உன்னிப்பாகத் தொடர்ந்த மித்தலுக்கு தொலைத்தொடர்பில் பெரிதாக ஏதேனும் சாதிக்க வேண்டும் என்று ஆசையிருந்தது. ஆனால் அதற்கான பணபலமில்லை.

செல்லுலார் போன் சேவைக்கான டெண்டரை அரசு அறிவித்தது. செல்லுலார் லைசென்ஸ் முயற்சியில் பங்கு பெறுவதற்கு சுனில் மித்தலுக்கு இரண்டு தடைக்கற்கள் இருந்தன. பலரும் செல்போன் சேவை பெரிதாக வளரும் என்ற நம்பிக்கையற்றவர்களாக இருந்தார்கள். சுனில் மித்தல் செல்லுலார் சேவை பற்றிய ஒரு சந்தை ஆய்வுக்கு ஏற்பாடு செய்தார். இந்தியா போன்ற நாடுகளில் செல்போன் பயன்பாடு பெரிதாக இருக்காது என்ற ரீதியில் சர்வேயின் முடிவு இருந்தது. பல பெரிய தொழிற் குழுமங்கள்கூட செல்லுலார் சேவை இந்தியாவில் பெரிதாக வளராது என்ற எண்ணத்தில் டெண்டரில் பங்கேற்கவில்லை.

சுனில் மித்தலின் உள்ளுணர்வு வேறு விதமாக இருந்தது. கண்டிப்பாக செல்லுலார் சேவை இந்தியாவில் வளரும் என்று திடமாக நம்பினார். சந்தை ஆய்வு முடிவுக்கு எதிராக டெண்டரில் பங்கேற்க முடிவு செய்தார்.

தொலைத் தொடர்புச் சேவையில் ஏற்கெனவே அனுபவம் வேண்டுமென்ற டெண்டரின் முக்கிய விதி மற்றொரு தடைக்கல்லாக இருந்தது. அதைத் தாண்டுவது கொஞ்சம் சிரமமாக இருந்தது. பல முயற்சிகளுக்கு பின் பிரான்ஸ் நாட்டை சேர்ந்த 'விவாண்டி'

என்ற தொலைத்தொடர்புக் குழுமத்துடன் சேர்ந்து டெண்டரில் பங்கேற்பது என்று முடிவானது.

அப்போது மித்தலைப் போலவே பலரும் டெண்டரில் பங்கேற்பதற்காக ஏதேனும் ஒரு தொலைத்தொடர்பு சேவை நிறுவனத்துடன் கூட்டு வைக்க அலைந்த நேரம்.. மித்தல் பேசி முடித்திருந்த 'விவாண்டி' நிறுவனத்தைப் பலரும் தொடர்புகொள்ள, அவர்கள் மித்தல் நிறுவனத்தைவிட பெரியதும், எல்லோருக்கும் அறிமுகமானதுமான 'மோடி' நிறுவனத்துடன் கூட்டு வைப்பது என்று கிட்டத்தட்ட முடிவே எடுத்துவிட்டார்கள்.

டெண்டரின் இறுதி நாள் நெருங்கிவிட்டது. இன்னொரு குழுமத்தைத் தேடுவதற்குப் போதிய கால அவகாசமில்லை. இந்தச் சூழலில், மற்றொரு முறை விவாண்டி குழுமத் தலைவரைச் சந்தித்தார் சுனில் மித்தல். தனது பேச்சுக் கலையின் சகல வித்தைகளையும் பயன்படுத்தி 'ஏர்டெல்' நிறுவனத்துடன் உறவு வைத்துக் கொள்வதால் ஏற்படும் நீண்ட கால நன்மைகள் பற்றி உணர்ச்சிகரமாகப் பேசினார். இறுதியில் விவாண்டி குழு ஏர்டெல்லுடன் சேர்ந்து டெண்டரில் பங்கேற்பது என்று முடிவு செய்ய, கலைந்து போகவிருந்த மித்தலின் கனவுகள் தொடர்ந்தன. டெண்டரில் பங்கேற்ற முப்பது நிறுவனங்களில் மிகச்சிறியது மித்தலின் நிறுவனம்தான்.

இந்தியாவைப் பல்வேறு பகுதிகளாக பிரித்து லைசென்ஸ் வழங்கியது அரசு. மும்பை, டெல்லி பகுதிகளுக்குதான் கடுமையான போட்டி. பல போராட்டங்களுக்குப் பிறகு பாரதி குழுவுக்கு டெல்லி பகுதிக்கான செல்லுலார் சேவைக்கான லைசென்ஸ் கிடைத்தது.

ஒரு பக்கம் மகிழ்ச்சியாக இருந்தபோதிலும், திட்டத்தை செயல்படுத்துவது பற்றி மித்தலுக்கு மலைப்பாக இருந்தது. டெல்லி பகுதிக்கான செல்லுலார் சேவைக்கான திட்ட மதிப்பு ரூ 300 கோடி. அப்போது மித்தலின் பாரதி குழுமத்தின் மதிப்பு ரூ 25 கோடி.

தனது கம்பெனியை விட பன்னிரெண்டு மடங்கு பெரிய திட்டத்தை எப்படிச் செயல்படுத்துவது என்ற தடையை மெல்ல மெல்ல உடைத்தெறிந்தார் சுனில் மித்தல். தனது தேசம் தழுவிய செல்லுலார் கம்பெனி என்ற கனவை ஓரமாக வைத்துவிட்டு, டெல்லியில் முழு ஈடுபாட்டுடன் செயல்பட்டார்.

ஏர்டெல்லின் டெல்லி வெற்றி செல்லுலார் தொழிலின் சூட்சுமங்களைச் சொல்லிக் கொடுத்தது. சுனில் மித்தல் தனது இரண்டு சகோதரர்களின் உதவியோடு எல்லா முயற்சிகளிலும் ஈடுபட்டார்.

மித்தலைப் போல பல இடங்களில் செல்லுலார் லைசென்ஸ் பெற்றவர்களால் சரிவர இயங்க முடியாத சூழல். நஷ்டத்தைத் தொடர்ந்து தாங்க முடியாத அவர்கள், தங்களது லைசென்ஸ்களை விற்றுவிட நினைத்த போது சுனில் தனது தேசிய செல்லுலார் நிறுவன கனவு நனவாகும் நேரம் வந்துவிட்டதாகக் கருதினார்.

வார் பர்க் பின்கஸ் மற்றும் சிங்கப்பூரின் சிங்டெல் நிறுவனங்களின் நிதி உதவியோடு பிற செல்லுலார் நிறுவனங்களை வாங்கத் தொடங்கினார். ஆந்திரா, கர்நாடகாவில் இயங்கிய ஜே.டி.மொபைலை 1999ல் வாங்கியவர், 2000ல் சென்னையில் இயங்கிய ஸ்கைசெல் நிறுவனத்தையும், 2001ல் கொல்கத்தாவில் இயங்கிய ஸ்பைஸ் நிறுவனத்தையும் வாங்கினார். சுனில் மித்தலின் வைராக்கியமான முயற்சி ஏர்டெல் நிறுவனத்தை வெற்றிகரமான தேசிய செல்லுலார் நிறுவனமாக மாற்றியது.

ஒவ்வொரு தடைக்கல் வரும்போதும் மித்தலைத் தொடர்ந்து இலக்கை நோக்கிச் செலுத்தியது அவருடைய வைராக்கியம்தான்.

Better to fight for something than live for nothing.
- George s. patton.

5

பலூன் கனவுகள்!

ஒன்பது குழந்தைகள் உள்ள குடும்பத்தில் அவர் கடைக்குட்டி. படிப்பை முடித்தபின் சென்னை திருவொற்றியூரில் ஒரு சின்னஞ்சிறு கூடத்தில் பலூன் தயாரிப்பு நிறுவனத்தைத் தொடங்குகிறார். பலூன் தவிர தொழிற்சாலைகளுக்குத் தேவையான கையுறைகள் மற்றும் சில பொருட்களையும் அங்கு தயாரிக்கிறார். தொழிற்கூடத்தில் வேலை முடிந்தபின், நேரம் கிடைத்தால் ஓய்வு எடுப்பதில்லை. தனது விற்பனைப் பிரதிநிதிகளுடன் சேர்ந்து பொருள்களை விற்கச் சென்றுவிடுவதுண்டு. வாடிக்கையாளர்களை நேரடியாகச் சந்தித்து விற்பனை செய்வதில் அவருக்கு உற்சாகம்.

அப்போதைய சென்னை வீதிகளில் அவர் தயாரித்த வண்ண வண்ண பலூன்களுடன் அவரது கனவும் உயரப் பறந்தது. பலூன், கையுறைகள் என்று பல ரப்பர் சார்ந்த பொருட்களைத் தயாரித்துக் கொண்டிருந்த அவருக்கு, அந்தத் துறையில் மிகப்பெரிய தொழில் சாம்ராஜ்யத்தை ஏற்படுத்த வேண்டுமென்கிற கனவு இருந்தது.

வருடம் 1946. தொழில் பற்றிய தகவல்கள் எளிதாகவோ, பரவலாகவோ கிடைப்பது அரிது. புதியவர்கள் ஒரு துறையில் புகுந்து சாதிப்பது அப்போது மிகச்சிரமமான காரியம்.

அவருடைய உறவினர் ஒருவர் டயர்களை ரீட்ரேடிங் செய்து கொண்டிருந்தார். அந்த வியாபாரத்தை உன்னிப்பாகக் கவனித்து, அவரைப்போலவே நாமும் செய்யலாமே என்று ஆசை வரவே, அதற்கான முயற்சியில் இறங்குகிறார். சிக்கலும், சிரமமுமாக ஆரம்பித்த டயர் ரீட்ரேடிங் தொழிலில் நல்ல அனுபவம் பெற்று, திடமாகக் காலூன்றுவதற்கு கிட்டத்தட்ட பத்து வருடங்கள் பிடிக்கின்றன.

பலூன் விற்பதில் தொடங்கி மிகப்பெரிய போராட்டத்துக்குப் பின் தொழிலில் ஸ்திரப்பட்ட அவரது பெயர் கே.எம்.மாமன் மாப்பிள்ளை. இன்று இந்தியாவில் டயர் விற்பனையில் நம்பர் ஒன் இடத்தில் இருக்கும் எம்.ஆர்.எப்(MRF) குழுமத்தின் நிறுவனர்.

மாமன் மாப்பிள்ளை டயர் தயாரிக்க வந்த காலத்தில் சூழ்நிலை அவ்வளவு சாதகமாக இல்லை. இந்தியாவில் வாகனங்களுக்கான டயர் துறை நூறு சதவிகிதம் வெளிநாட்டு நிறுவனங்களின் கையில் இருந்தது.

இந்திய டயர் வியாபாரத்தில் டன்லப் (Dunlop), பயர்ஸ் டோன் (Firestone), குட் இயர் (Good year) ஆகிய மூன்று பன்னாட்டு நிறுவனங்கள் வைத்ததுதான் சட்டம்.

மூன்று நிறுவனங்களும் சேர்ந்து விலையை உயரத்தில் வைத்திருந்தன. ராணுவத்துக்கு டயர் வழங்குவதில்கூட பல வேளைகளில் அடாவடியாக நடந்துகொண்டன. டயர் இல்லாமல் ராணுவ வாகனங்களின் நடமாட்டச் சிக்கல்கூட ஏற்பட்டிருக்கிறது. அப்போது டாரிப் கமிஷனின் (Tariff commission) அறிவுறுத்தல்படி மத்திய அரசு ரப்பர் துறையில் ஓரளவு அனுபவமுள்ள நிறுவனங்களை டயர் தயாரிக்க அழைத்தது.

அப்போது ரப்பர் துறையில் நான்கு நிறுவனங்கள் ஓரளவு அனுபவம் பெற்றிருந்தன. எம்.ஆர்.எப்., பிரிமியர், இன்செக்

(Incheck) மற்றும் நேஷனல் (National) ஆகிய நிறுவனங்கள் டயர் தயாரிக்கும் முயற்சியில் இறங்கின.

டயர் தயாரிக்கும் தொழில் நுட்பம் இல்லாத சூழல், அதிகமான முதலீட்டு தேவை என்று பல எதிர்மறை அம்சங்களுடன் இந்திய நிறுவனங்கள் இருந்தன. ஆனால் எதிராளிகள் அசுர பலத்துடன் இருந்தனர்.

டன்லப் நிறுவனத்தை ஆரம்பித்த ஜான் பாய்டு டன்லப் (John boyd Dunlop)தான் காற்றடித்துப் பயன்படுத்தும் டயரை (Pneumatic tyre) முதன்முதலாகக் கண்டுபிடித்தவர். குட் இயரின் நிறுவனரான சார்லஸ் குட் இயர்தான் முதன்முதலில் வல்கனைஸ்ட் டயரை (vulcanized tyre) கண்டுபிடித்தவர்.

தொழில்நுட்பம் மட்டுமல்ல. பணபலம், டீலர் நெட்வொர்க் என்று எல்லா விதங்களிலும் பலத்தோடு இருந்த டன்லப், குட் இயர், பயர்ஸ் டோன் ஆகிய நிறுவனங்கள் தங்களை யாரும் எதுவும் செய்ய முடியாது என்ற திமிருடன் திரிந்தகாலம்.

அவற்றையெல்லாம் பார்த்து உள்ளூர மனம் கலவரப்பட்டாலும், வெற்றி பெற்றே தீருவது என்பதில் மாமன் மாப்பிள்ளை குறியாக இருந்தார்.

முதல் சிக்கல், தொழில் நுட்பம். டயர் தொழில் நுட்பத்துக்கு அமெரிக்காதான் பிரசித்தி பெற்றிருந்தது. இந்தியாவில் விற்காத அமெரிக்க கம்பெனியாகத் தேடி, கடைசியாக அமெரிக்காவின் ஓகியோ (Ohio) மாநிலத்தை சேர்ந்த மேன்ஸ் பில்டு (Mansfield) என்ற நிறுவனத்துடன் தொழில் நுட்ப கூட்டு முடிவானது. மற்ற விஷயங்கள் எல்லாம் ஒன்றன் பின் ஒன்றாக முடிவாக 1961ல் டயர் விற்பனைக்குத் தயார்.

அடுத்த பிரச்னை, விற்பனை. டயர் விற்பனையில் நீண்டகாலமாகக் கொடிகட்டிப் பறக்கும் பன்னாட்டுக் கம்பெனிகளின் டயரை விட்டுவிட்டு புதிய டயரின் பக்கம் வருவதற்கு டீலர்கள் தயக்கம் காட்டினர். விலை,

கமிஷனில் பன்னாட்டுக் கம்பெனிகள் கண்ணாமூச்சி காட்ட, அதை எதிர்த்து மாமன் மாப்பிள்ளை நிறைய போராட வேண்டியிருந்தது. வேடிக்கை என்னவென்றால், அரசாங்கம்கூட தனது கொள்முதலில் பெரும்பங்கை பன்னாட்டுக் கம்பெனிகளிடமே வாங்கியது.

பிரிட்டிஷ் காலத்துப் பழக்கம், சுதந்தரம் அடைந்து பதினெட்டு ஆண்டுகள் வரைக்கும் இது தொடர்ந்தது. அப்போது அரசாங்கத்தின் ஒவ்வொரு கதவையும் தட்டத் தொடங்கினார் மாமன் மாப்பிள்ளை. கூடவே, இந்தியாவெங்கும் சென்று டீலர்களிடம் தனது தயாரிப்பைப் பற்றிப் பேசினார்.

சூழல் மெல்ல மெல்ல மாறுகிறது. விற்பனையும் நிதானமாக அதிகரிக்கிறது. இடைபட்ட காலத்தில் தொழில்நுட்பத்தில் தேர்ச்சி அடைகிறார்கள். இந்தியாவின் முதல் நைலான் டயர்களைத் தயாரிக்கிறார்கள். எம்.ஆர்.எப்பின் தயாரிப்பான சுப்பர்லக் 78 (Superlug 78) கனரக வாகனங்களுக்கிடையே பிரபலமாகிவிட, விற்பனை சூடுபிடிக்கிறது.

விற்பனை சீராக உயர, மாமன் மாப்பிள்ளை எம்.ஆர்.அப். பிராண்டை பிரபலபடுத்துவதில் அதிகம் கவனம் செலுத்துகிறார். வெற்றி மேல் வெற்றி குவிகிறது. இன்று இந்தியாவின் நம்பர் ஒன் டயர் விற்பனையாளார் எம்.ஆர்.எப்.

மாமன் மாப்பிள்ளையின் வெற்றிப் பயணத்தை உன்னிப்பாக கவனிக்கும்போது அவரது ஒரு குணாதிசயம்தான் எம்.ஆர்.எப்பின் வெற்றிக்கு மூலகாரணம் என்பது புரியும். அந்த அதிசய குணம் - ‘‘எதிராளியைக் கண்டு பயப்படாதே, எதிராளி எவ்வளவு பெரிய சக்தியாக இருந்தாலும்’’ என்பதுதான்.

Fear no opponent. respect every opponent. - John wooden.

6

வில்லங்கத்தை விலக்குவோம்!

'சிந்தியா மகாராஜா SS Loyalty என்ற தனது கப்பலை விற்கப் போகிறாராம்'- மும்பையை நோக்கி ரயிலில் வந்து கொண்டிருந்த வால்சந்த் (Walchand hirachand) தனது சக பயணிகளிடம் இருந்து தெரிந்து கொண்ட செய்தி இது.

மகாராஜாவின் கப்பலை வாங்கலாமே என்ற ஆசை வால்சந்தின் மனத்தில் துளிர்விட்டது. கோலாப்பூரில் பார்ட்னர் ஷிப்பில் ரயில்வே காண்ட்ராக்டராக சின்ன அளவில் வியாபாரம் தொடங்கிய வால்சந்த், தொழிலில் ஓரளவுக்கு நிலை பெற்றிருந்த நேரமது.

மும்பையை அடைந்த வால்சந்த், ரயில் நிலையத்தில் இருந்து நேராக கப்பல்தளம் நோக்கிச் சென்றார்.மகாராஜாவின் கப்பலைச் சுற்றிப்பார்த்த வால்சந்த், கப்பலில் எத்தனைப் பயணிகளை அனுமதிக்கலாம், எவ்வளவு டன் பொருட்களை ஏற்றலாம் என்று தன் மனத்துக்குள் தோன்றிய கேள்விகளை எல்லாம் கேப்டனிடம் கேட்டு, பதிலைப் பெற்றுகொண்டார்.

கேப்டனிடம் வால்சந்த் கேள்வி கேட்ட தோரணையைப் பார்த்தால்,கப்பலைவாங்கப்போகிறவர்என்றுநினைக்கத்தோன்றும். உண்மை நிலவரம், அவரால் கனவில்தான் கப்பலை வாங்க முடியும் என்பது.

கப்பலுக்கு சிந்தியா மகாராஜா கூறிய விலை இருபத்தி ஐந்து லட்சம் ரூபாய். 1919ல் இது பெரிய தொகை.

மனத்துக்குள் ஒன்றைத் தீர்மானித்த பின், முடியுமா முடியாதா என்று யோசிக்காமல், தான் தீர்மானித்த விஷயத்தை நோக்கி வேகமாக இயங்கும் குணம் சிலருக்கு உண்டு. வால்சந்த் அப்படிபட்டவர்தான். அவர் மனமெங்கும் கப்பல் பற்றிய சிந்தனைகள். கப்பல் தொழில் அதிக லாபத்தைக் குவிக்கும் என்று அவர் மனத்துக்குப் பட்டது. யாரிடமாவது பணம் புரட்டி

வாங்கலாம், அல்லது பணம் படைத்த சிலரை பங்குதாரராகச் சேர்த்துக் கொண்டு கப்பலை வாங்கிவிடலாம் என்று பலவாறாகச் சிந்தித்தபடியே கப்பல் தளத்தை விட்டு வெளியே வந்த வால்சந்த், நேராக வீட்டுக்குச் செல்லாமல், தனக்குத் தெரிந்த மில் முதலாளியான நரோட்டம் மொரார்ஜியைச் (Narottam Morarjee) சந்திக்கச் சென்றார்.

மிகப்பெரிய துணி மில் முதலாளியான நரோட்டம் மொரார்ஜி, பணம் கொடுக்கல் வாங்கல் தொழிலையும் செய்துவந்தார். ஏற்கெனவே ஒருமுறை வால்சந்த் ஒரு திட்டத்துக்காக நரோட்டம் மொரார்ஜியிடம் கடன் வாங்கி, திரும்பச் செலுத்தியிருக்கிறார்.

கப்பல் வாங்கித் தொழில் செய்வது பற்றிய திட்டத்தை விரிவாகப் பேசிய வால்சந்த், அந்தத் தொழிலில் நரோட்டம் மொரார்ஜியையும் பங்குதாரராகச் சேரச் சம்மதிக்க வைத்தார்.

இன்னும் பணம் தேவை. பல முயற்சிகளுக்குப் பின் பரோடாவைச் சேர்ந்த பைனான்சியரான லல்லுபாய் சமல் தாஸையும், மும்பையின் பெரும் அரிசி விற்பனையாளரான குஜராத்தை சேர்ந்த சிலாசந்த் தேவ்சந்தையும் கூட்டு சேர்த்து கம்பெனியை ஆரம்பித்தார்கள்.

நரோட்டம் மொரார்ஜிக்கு ஐம்பது சதவிகித பங்கு, வால்சந்துக்கு இருபத்தைந்து சதவித பங்கு, மற்ற இருவருக்கும் தலா 12.5% பங்கு என கம்பெனி ஆரம்பித்து, பங்குச் சந்தையில் பணம் புரட்டி கப்பல் வாங்கப்பட்டது. கப்பலைப் புதுப்பிக்க ஆயத்தமானவர்களுக்கு அதிர்ச்சி காத்திருந்தது.

கப்பலின் சிறுசிறு சிக்கல்களைச் சரிசெய்து புதுப்பிக்க ஆறுமாதமும் பத்து லட்ச ரூபாயும் தேவைபட்டது. எதிர்பாராத சிக்கலால் சுணங்கிவிடாமல், மேலும் விசாரித்தபோது, இங்கிலாந்தில் ரிப்பேர் செய்தால் ஒன்றரை லட்சத்தில் ஆறு வாரத்துக்குள் முடித்து விடலாம் என்று கேள்விப்பட்டு, அதற்கான முயற்சியில் இறங்கினார்கள்.

ரிப்பேருக்காக இங்கிலாந்து செல்லும் கப்பலில் பயணிகளை ஏற்றிக்கொண்டு, கூடவே வால்சந்தும், மொரார்ஜியும் பயணப் பட்டனர். வால்சந்த் நிறுவனத்தின் லாயல்டி பயணம் வெற்றிகரமாக அமைய வேண்டுமென்று வாழ்த்துவதற்கு ஒரு முக்கியப் பிரமுகர் வந்திருந்தார். அவர், மகாத்மா காந்தி.

மகாத்மா காந்தி கப்பல் முயற்சிக்கு வாழ்த்து தெரிவித்ததற்குப் பெரிய தேசியப் பின்னணி உண்டு. அப்போது பி.ஐ என்று

சுருக்கமாக அழைக்கபட்ட பிரிட்டிஷ் இந்தியா ஸ்ட்ரீம் நேவிகேஷன் கம்பெனி இந்தியாவில் தொடங்கப்பட்ட கப்பல் கம்பெனிகளுக்குப் பல நெருக்கடிகளைக் கொடுத்து, இயங்க விடாமல் தடுத்துக் கொண்டிருந்த காலகட்டம் அது.

இந்தியா, சீனா, ஜப்பானுக்கிடையே கப்பல் போக்குவரத்துத் தொழிலை ஆரம்பித்த டாடா நிறுவனம் கூட பி.ஐ நிறுவனத்தின் நெருக்கடியைச் சமாளிக்க முடியாமல் கப்பல் தொழிலைக் கைவிட்டது.

தென்னகத்தில் வ.உ. சிதம்பரம் பிள்ளையின் கப்பல் நிறுவனமும் பல்வேறு அடக்கு முறைகளுக்கு ஆளாகி மூடபட்டது. பி.ஐ நிறுவனத்தின் உள்குத்து வேலைகளால் 1860க்கும் 1925க்கும் இடைபட்ட காலத்தில் நூற்றிரண்டு இந்தியக் கப்பல் நிறுவனங்கள் மூடப்பட்டன. அவற்றால் நஷ்டமான மொத்தத் தொகை 46 கோடி ரூபாய்.

பி.ஐ நிறுவனத்தின் பல பொறுப்புகளில் இருந்து சேர்மனாக பதவி உயர்வு பெற்ற ஜேம்ஸ் மேக்கேயின் வில்லங்கமான உள் வேலைகள் பல கம்பெனிகள் மூடப்பட்டதற்குக் காரணமாக இருந்தன.

ஜேம்ஸ் மேக்கே வால்சந்தின் வாழ்வில் குறுக்கே வந்தது இங்கிலாந்தில். பல சிக்கல்களுக்கு பின் கப்பலுடன் இங்கிலாந்தை அடைந்த நரோட்டம் மொரார்ஜி - வால்சந்த் கூட்டணி அடுத்தடுத்து பிரச்னைகளைச் சந்தித்தது.

கப்பலின் புதுப்பித்தல், பழுதுபார்க்கும் பணிகள் எதிர்பார்த்ததை விட அதிகப் பணத்தையும் காலத்தையும் எடுத்துக்கொண்டது. ஒன்றரை மாதம் ஆகும் என்று மும்பையில் கூறப்பட்ட கப்பல் ரிப்பேர், இங்கே ஐந்து மாதங்கள் பிடித்தது.

இடைபட்ட காலத்தில் இங்கிலாந்தைச் சுற்றியுள்ள பல பகுதிகளுக்குச் சென்று கப்பல் தொழில் பற்றி நிறைய தெரிந்துகொண்டார் வால்சந்த். ரிப்பேர் முடிந்து கப்பல் தயார் ஆனபோது அடுத்த சிக்கல் ஆரம்பித்தது.

ஒரு ஏஜெண்ட் மூலம் பயணிகளையும், சரக்கு லோடுகளையும் பிடித்துத் தர ஏற்பாடு செய்திருந்தார், அதற்கான ஏற்பாட்டில் ஏஜெண்ட் ஈடுபட்டிருந்தார்.

அப்போது ஜேம்ஸ் மேக்கேயின் அலுவலகத்தில் இருந்து வால்சந்தின் ஏஜெண்டுக்கு ஒரு மிரட்டல் தொலைபேசி அழைப்பு வந்தது. ஏஜெண்டால் கைவிடப்பட்ட வால்சந்த் அம்போ என்று நின்றிருந்தார். எல்லாம் எதிராக இருந்தபோதும் வால்சந்திடம் நம்பிக்கை மட்டும் மிச்சமிருந்தது.

கப்பல் தொழில் கொடிகட்டி பறந்த பி.ஐயை பகைத்துக்கொண்டு உதவுவதற்கு எந்த ஏஜெண்டும் தயாராக இல்லை. நீண்ட யோசனைக்குப் பின் உள்ளூர் தினசரிகளில் 'பயணிகள் வேண்டும்' என்று விளம்பரம் கொடுத்தார்.

352 பயணிகள் டிக்கெட் பதிவு செய்தனர். ஆனால் சரக்கு லோடு கிடைக்கவில்லை. ஏஜெண்டின் உதவியில்லாது புதிய நிறுவனத்தை நம்பி சரக்கேற்ற எல்லோரும் பயந்தனர்.

சரக்கு இல்லாமல் வெறும் பயணிகளை ஏற்றிகொண்டு கப்பல் நகர முடியாது. கப்பலை இங்கிலாந்திலேயே விட்டுவிட வேண்டியதுதான். அப்படியொரு வினோதச் சிக்கல்.

நீண்ட யோசனைக்கு பின் நரோட்டம் மொரார்ஜியிடம் தொடர்பு கொண்டு பேசிய வால்சந்த், ஒரு புதிய திட்டத்தை முன்வைத்தார்.

ஆயிரம் டன் சிமெண்ட், ஐந்நூறு டன் இரும்பை வாங்கி கப்பலை நிரப்புவது, அதை இந்தியாவுக்குக் கொண்டு வந்து விற்பனை செய்வது என்ற புதிய திட்டத்துக்கு நரோட்டம் உதவ, கப்பல் இங்கிலாந்தை விட்டுப் புறபட்டது.

லாயல்டி கப்பலை ஒருமுறை இந்தியாவில் இருந்து இங்கிலாந்திற்குக் கொண்டுசென்று வந்தபின் வால்சந்த் கப்பல்

தொழிலில் பெரும் தேர்ச்சி பெற்றுவிட்டார். அதன்பிறகு பல வேளைகளில் பி.ஐ நிறுவனத்தின் நெருக்கடிகளையும் மீறி வால்சந்த் செயல்பட்டார்.

கப்பல் துறைக்குப் பின் வால்சந்த் அரசுடமையாக்கபட்ட ஹிந்துஸ்தான் ஏர்கிராஃப்டையும், (தற்போது ஏஅஃ), இந்தியாவின் முதல் கார் தயாரிப்பு நிறுவனமான பிரிமியர் ஆட்டோ மொபைல் நிறுவனத்தையும் தொடங்கினார்.

பெரிய பின்புலம் இல்லாமல் சோலாப்பூரில் தொழில் செய்யத் தொடங்கிய நாளிலிருந்து இறுதி வரை தடைகளோடு போராடுவதும், அவற்றை மீறி நடைபோடுவதும் வால்சந்துக்குப் பிடித்தமான விஷயம்.

தடைகளும் மோசமான சூழல்களும் வியாபாரத்தின் ஒரு பகுதி. அதை நாம் எதிர்கொள்கிற விதத்தை பொறுத்து வெற்றி தோல்விகள் நிகழும்.

Every adversity, every failure, every heartache carries with it the seed of an equal or greater benefit - Napoleon Hill.

7

ஹோட்டல் மகாராஜா!

பிரிட்டிஷாரின் கிழக்கிந்திய கம்பெனி கொல்கத்தாவிலிருந்து இந்தியாவை ஆட்டிப் படைத்துக் கொண்டிருந்த காலகட்டம் அது. அப்போது அவர்களுடைய நடமாட்டம் கொல்கத்தாவில் அதிகமாக இருந்தது.

மோகன் சிங் - கிளேர்க்

கொல்கத்தாவுக்கு வரும் பிரிட்டிஷார் மத்தியில் 'தி கிராண்டு ஹோட்டல்' மிகப் பிரபலம். ஐந்நூறு அறைகள் கொண்ட அந்த ஹோட்டலின் வெற்றி மற்ற நட்சத்திர விடுதியாளர்கள் பொறாமைப்படும் விஷயமாகவே இருந்தது.

1933ல் காலரா நோய்க் கொடுமை காரணமாக ஆயிரக்கணக்கானவர்கள்இறந்து போனார்கள். கொல்கத்தாவில் நகரமே கதி கலங்கிப்போன நேரம் அது. காலராவால் தி கிராண்டு ஹோட்டலில் தங்கியிருந்த நூற்றுக்கும் மேற்பட்ட வெளிநாட்டவர்கள் இறந்து போக, மற்றவர்கள் அங்கிருந்து வெளியேறினர்.

எல்லோரும் பொறாமைபடும்படி ஓஹோவென்றிருந்த தி கிராண்டு ஹோட்டலுக்கு வருவதற்கு பலரும் தயக்கம் காட்டத் தொடங்கினர். விளைவு, ஹோட்டல் நிர்வாகம் தடுமாறியது. ஒருகட்டத்தில் ஹோட்டலையே மூடவேண்டிய சூழல் வந்தது.

'தி கிராண்டு ஹோட்டலின் இரண்டாம் பாகத்திற்கு போகும் முன்'பிளவு படாத பஞ்சாப் மாநிலத்தின் ஜீலம் மாவட்டத்தில் பிறந்த மோகன் சிங்குக்கு பிறந்தது முதல் சிக்கலும் சோதனையும் அடுத்தடுத்து வந்தன. பிறந்த ஆறாவது மாதம் தந்தையைப் பறிகொடுத்த மோகன்சிங்கை, அவரது தாயார் மிகவும் சிரமப்பட்டுப் படிக்க வைத்தார். தாயாரின் சேமிப்பு குறைந்துகொண்டே வர, மோகன் சிங்கின் படிப்பு கேள்விக்குறியானது.

தனது படிப்புக்கு வேலை கிடைப்பது சிரமம் என்று புரிந்த மோகன் சிங், அந்தக் கஷ்டத்திலும் அமிர்தசரஸ் சென்று தட்டச்சு மற்றும் சுருக்கெழுத்து கற்றுக்கொண்டார்.

அப்போது மோகன்சிங்குக்கு அவனுடைய மாமா மூலம் லாகூரிலுள்ள ஒரு ஃபேக்டரியில் வேலை கிடைக்க, குஷியாகி விட்டார். ஆனால் அந்த சந்தோஷம் நீண்ட நாள் நீடிக்கவில்லை. பொருளாதாரச் சிக்கலில் ஃபேக்டரி மூடப்பட, வாடிப்போன மோகன் சிங் மீண்டும் கிராமத்துக்கே திரும்பினார்.

அடுத்து என்ன செய்வதென்று யோசனையுடன் கிராமத்தில் அலைந்து கொண்டிருந்த நேரத்தில், எதிர்பார்த்த வேலை கிடைக்கவில்லை. ஆனால் எதிர்பார்க்காத பெண் கிடைத்தார். பின்னாளில் மோகன் சிங் பெரிய ஆளாக வரக்கூடும் என்ற நம்பிக்கையில் அவரது கிராமத்தை சேர்ந்த உஷாங்க் ராய் என்பவர் தனது பெண்ணைத் திருமணம் செய்துகொடுக்க முன்வந்தார்.

தனது வேலையின்மையை மனதில் கொண்டு மோகன் சிங் திருமணத்தைத் தட்டிக் கழிக்கப் பார்த்தார். ஆனால் எல்லோரும் வற்புறுத்தவே, அவர் திருமணம் செய்துகொண்டார்.

கைவசம் வேலையில்லை. திருமணம் வேறு ஆகிவிட்டது. மாமனாரின் கையை எதிர்பார்த்து எத்தனை நாள்தான் காலம் தள்ளுவது என்று யோசித்துக் கொண்டிருந்த மோகன் சிங், ஒரு வேலை நிமித்தமாக சிம்லா சென்றார்.

சிம்லா சாலையில் சென்று கொண்டிருந்த அவருடைய பார்வையில் ஹோட்டல் சிசில் தென்பட்டது. அங்கே வேலை காலியிருக்கிறதா எனக் கேட்கலாமா என்று ஒரு எண்ணம். உள்ளே போய் வேலை கேட்டார். அப்போது வேலை காலியிருந்ததால் மோகன் சிங்குக்கு உடனே வேலை கிடைத்துவிட்டது. மாதச்சம்பளம் ரூ 50.

எல்லா வேலைகளையும் இழுத்துப் போட்டுக்கொண்டு செய்யவே, மோகன் சிங்கின் மீது ஹோட்டல் மேனேஜருக்கு நம்பிக்கை வந்தது. சிறிது காலம் சென்றபின் புதிய மேனேஜர் வந்தார். ஆங்கிலேயரான அவர் பெயர் கிளேர்க் (Clarke). கிளேர்க்குக்கும் மோகன் சிங்கைப் பிடித்து போய்விட்டது. பொறுப்பாக நடந்துகொள்ளும் வேலைக்காரர்களை யாருக்குத்தான் பிடிக்காது?

பின்னாளில் கிளேர்க் சொந்தமாக ஹோட்டல் ஒன்றை ஆரம்பித்தபோது, அவர் முதலில் வேலைக்குச் சேர்த்துக்கொண்டது மோகன் சிங்கைத்தான். மோகன் சிங்கும் புதிய ஹோட்டலுக்கான

ஹோட்டல் முதலாளியாக மோகன் சிங்

அநேக காரியங்களுக்கு உதவியாக இருக்க, கிளேர்க் நெகிழ்ந்து போனார்.

ஹோட்டலை ஐந்து ஆண்டுகள் நடத்திய கிளேர்க், ஒருநாள் அதை விற்றுவிட்டு, தனது நாட்டுக்குப் போக முடிவு செய்த போது அவர் மனத்தில் தோன்றிய நபர் மோகன் சிங். கையில் பணமில்லைதான். ஆனால் அற்புதமான வாய்ப்பை நழுவ விடுவதா என்று மோகன் சிங்கின் மனத்தில் ஒரு வெறி.

கிராமத்துக்குச் சென்றார். சொத்துகளையும், மனைவியின் நகை களையும் அடமானம் வைத்துப் பணத்தைப் புரட்டினார். மிகுந்த சிரமத்துக்குப் பின் மோகன் சிங் ஹோட்டல் முதலாளி ஆகிவிட்டார்.

கிராமத்திலிருந்து வந்த, தந்தையை இழந்த படிக்காத ஒருவர், அந்தஸ்தில் இவ்வளவு தூரம் வந்ததே பெரிய விஷயம்தான்.

இதுபோன்ற சின்னச்சின்ன சாதனைகளை செய்தவர்கள் நிறைய உண்டு. ஆனால் இதற்கு அடுத்த கட்டத்துக்குச் செல்ல வேண்டுமானால் வாய்ப்புகளை அடையாளம் காணத் தெரிய வேண்டும்.

ஒரு சிறு ஹோட்டல் முதலாளியான மோகன் சிங்கை அடுத்த தளத்துக்கு அழைத்துச் சென்றது நஷ்டத்தில் மூடப்பட்டிருந்த ஒரு ஹோட்டல். ஆம், இந்த அத்தியாயத்தின் முதல் பாகத்தில் பார்த்த தி கிராண்டு ஹோட்டல்தான். எல்லாராலும் நிராகரிக்கபட்ட அந்த ஹோட்டல் மோகன் சிங்குக்குப் பெரிய வாய்ப்பாக அமைந்தது.

அந்த ஹோட்டலை மிகக்குறைந்த விலைக்கு வாங்கி, நன்றாகப் புதுப்பித்து நடத்த ஆரம்பித்தார் மோகன் சிங். சிறுகச் சிறுக வாடிக்கையாளர்கள் வரத்தொடங்கினர். பின்னர் கடந்த கால அச்சம், அவப்பெயர், பயம் எல்லாம் முற்றிலுமாக மறைந்துபோயின. ஹோட்டல் தொழிலில் நல்ல லாபம் கிடைக்கத் தொடங்கியது.

அதன் பிறகு அவர் தனது ஹோட்டல் தொழிலை இந்தியா முழுவதும் விரிவுபடுத்தினார். பிறகு சிங்கப்பூர், சவுதி அரேபியா, இலங்கை, நேபாளம், எகிப்து, ஆப்பிரிக்கா என்று பல நாடுகளுக்கு விரிவுபடுத்தினார். சாதாரண மோகன் சிங் ஹோட்டல்களின் மகாராஜா எம்.எஸ்.ஓபிராய் ஆகப் பிரபலமானார்.

இன்று நீங்கள் பார்த்து அதிசயிக்கும் எம்.எஸ்.ஓபிராய் செயின் ஆஃப் ஹோட்டல்களின் வெற்றிக்குப் பின்னுள்ள முக்கிய காரணம், கொல்கத்தா மக்களால் கூட நிராகரிக்கப்பட்ட, அங்குள்ள தொழிலதிபர்கள்கூட வாங்க மறுத்த 'தி கிராண்டு ஹோட்டலை, சிம்லாவிலிருந்து வந்த மோகன் சிங் வாங்கியதுதான்.

இதுபோன்ற வாய்ப்புகள் அடிக்கடி நம்முன் குறுக்கிடும், ஆனால் அதை நாம் அடையாளம் காண்பதில்லை. நல்ல தொழில் முனைவராக ஆக வேண்டும் என்றால் மனக்கண்களை, வாய்ப்புகளை அடையாளம் காணப் பழக வேண்டும்.

எல்லாச் சூழ்நிலைகளிலும் வாய்ப்புகள் மறைந்திருக்கும். ஆனால் சில சூழல் அதிகப்படியான வாய்ப்புகளை வழங்கும். சமூக

மாற்றங்கள், புதிய அரசாங்கக் கொள்கைகள், புதிய தொழில் நுட்ப வரவுகள் போன்றவை வாய்ப்புகளின் அட்சய பாத்திரங்கள். புதிய வாய்ப்புகளை எல்லோருக்கும் முன்பு அடையாளம் கண்டால், வெற்றியைச் சொல்லி அடிக்கலாம். எம்.எஸ். ஓபிராய்க்காக ‘தி கிராண்ட் ஹோட்டல் காத்திருந்தது போல எல்லோருக்காகவும் ஏதாவது ஒரு வாய்ப்பு காத்திருக்கிறது.

வாழ்வின் திருப்புமுனை (turning point) அதை அடையாளம் காண்பதில்தான் இருக்கிறது. அதைத்தான் ஐன்ஸ்டீன் இப்படிச் சொன்னார்.

"In the middle of difficulty lies opportunity"

8

பொது அறிவு
= பெரிய வெற்றி

4 நவம்பர் 2003. காலை பதினோரு மணி பதினைந்து நிமிடம். ஜனத்திரள் மிகுந்த மும்பை சர்ச்கேட் ரயில் நிலையம். இங்கிலாந்து இளவரசரான சார்லஸ் தனது நெருக்கடி மிகுந்த பயணத்திட்டத்தின் ஒரு பகுதியாக சில முக்கியமானவர்களைச் சந்தித்து அவர்கள் செய்யும் தொழில் பற்றி பேச வந்தார்.

மாட மாளிகைகளில் வசிக்கும் தொழிலதிபர்களை விட்டுவிட்டு, ரயில் நிலையத்தில் நடமாடும் இந்தச் சாதாரண மனிதர்களிடம் அப்படி என்ன விசேஷம்?

இட நெருக்கடியும், மாத பட்ஜெட்டுக்குள் அடங்காத மும்பையின் வீட்டு வாடகையும் உலகப் பிரசித்தி பெற்றவை. அலுவலகத்துக்குப் பக்கத்தில் வீடு பார்ப்பது சாத்தியமில்லை என்பதால், தொலைதூரத்தில் குடியிருந்துகொண்டு, ஒரு மணி நேரத்தில் இருந்து இரண்டு மணி நேரம் வரை மின்சார ரயிலில் பயணம் செய்து அலுவலகத்திற்கு வந்தடைபவர்களின் முக்கிய பிரச்சனை மதியச் சாப்பாடு.

அதிகாலையில் புறப்பட்டு விடுவதால் சாப்பாட்டைத் தயாரித்து, கையோடு கொண்டு வருவது சிரமம். தினமும் ஹோட்டலில் சாப்பிடலாமென்றால் அது பர்ஸுக்கும் வயிற்றுக்கும் இதமானதல்ல.

மும்பை வாசிகளின் அன்றாட சாப்பாட்டுப் பிரச்னையில் ஒரு வியாபார வாய்ப்பை அடையாளம் கண்டார் மகாதியோ ஹாவஜி பச்சே.

விதவிதமாக ஹோட்டலில் கிடைத்தாலும் பலருக்கும் விருப்பமானது வீட்டு உணவுதான். அம்மாவோ, மனைவியோ கைப்பக்குவமாகச் சமைத்த உணவு மதிய நேரம் அலுவலகத்தில் கிடைத்தால் நன்றாக இருக்கும்.

ஒரு நபருக்கு கொடுப்பதென்றால் அது எளிது. ஆனால் லட்சக்கணக்கான நபர்களுக்கு கொடுக்கும்போது திட்டமிட்டுச் செயல்படுதல் அவசியம். சாதமும் கத்தரிக்காய் தொக்கும் இருக்கும் டப்பாவிற்கு அடுத்த டப்பாவில் சிக்கன் பிரியாணியும் மட்டன் கைமாவும் இருக்கலாம். பத்திலிருந்து எழுபது எண்பது கிலோமீட்டர் வரைக்கும் பயணம் செய்யும் டப்பாக்கள் ஆள் மாறிவிட்டால் விபரீதங்கள் நிகழலாம். சரியான நபருக்கு, சரியான நேரத்தில் டப்பாவைக் கொண்டு சேர்ப்பதை நேர்த்தியாக செய்கிறது மகாதியோ ஆரம்பித்த அமைப்பு.

மகாதியோ ஆரம்பித்த அமைப்பின் பெயர் நூதன் மும்பை டிபன் பாக்ஸ் சப்ளையர்ஸ் சேரிட்டி டிரஸ்ட். ஆனால் மும்பை மக்கள் அவர்களை டப்பாவாலாக்கள் என்று பிரியத்துடன் அழைக்கிறார்கள். நூறு வருடங்களாக இயங்கி வரும் டப்பாவாலாக்கள் தற்போது கிட்டதட்ட இரண்டு லட்சம் சாப்பாட்டு டப்பாக்களை

வீட்டிலிருந்து அலுவலகத்துக்கும் பின் காலி டப்பாக்களை அலுவலகத்தில் இருந்து வீடுகளுக்கும் எடுத்துச் செல்கிறார்கள்.

அவர்கள் செயல்படும் விதம் எளிமையானது. முதல் டப்பாவாலா வீடு வீடாக சென்று சாப்பாடு டப்பாக்களைப் பெற்றுக்கொண்டு, சைக்கிள் மூலமாகவோ அல்லது ஓலைப்பெட்டியில் தலைச்சு மையாக எடுத்து சென்றோ அருகில் இருக்கும் ரயில் நிலையத்துக்கு எடுத்துச் செல்கிறார்.

இரண்டாமவர், ரயில் நிலையத்தில் சாப்பாடு டப்பாக்களை அது போக வேண்டிய இடம், வழி என்று பிரிக்கிறார்.

மூன்றாமவர் சாப்பாடு டப்பாக்களுடன் ரயிலில் பயணம் செய்து, அவை சேர வேண்டிய இடத்துக்கு அருகில் உள்ள ரயில் நிலையத்துக்குக் கொண்டு போய் சேர்க்கிறார்.

ரயில் நிலையத்தில் இருந்து சாப்பாடு டப்பாக்களை பெற்றுக் கொள்ளும் நான்காவது டப்பாவாலா, அதற்குரிய நபரின் இடத்துக்குக் கொண்டு போய்ச் சேர்க்கிறார்.

சாப்பாட்டுக்குப் பின் காலி டப்பாக்களை கொண்டு வந்து கொடுத்தவரே திரும்ப எடுத்துச் செல்ல காலையில் நடந்த விஷயங்கள் அனைத்தும் அப்படியே தலைகீழாக நடக்க, காலி டப்பாக்கள் அதற்குரிய வீடுகளுக்குப் போய் சேர்கின்றன.

மும்பையில் வெவ்வேறு பகுதிகளில் இயங்கும் 5000 டப்பாவாலாக்கள் இரண்டு லட்சம் சாப்பாட்டு டப்பாக்களை எவ்விதச் சிக்கலுமின்றி இரண்டு முறை கையாளுகிறார்கள். அதாவது, இரண்டு முறை இரண்டு லட்சம் டப்பாக்கள்.

ஒரு முறை தனது சைக்கிளில் சாப்பாடு டப்பாக்களுடன் சென்ற டப்பாவாலா விபத்தில் சிக்கி விடுகிறார். விஷயம் மற்ற டப்பாவாலாக்களை எட்டுகிறது. அடுத்த சில நிமிடங்களில் ஒரு சிறு குழு சம்பவ இடத்துக்கு வந்து சேர்கிறது. விபத்தில் சிக்கியவர் இறந்துவிடுகிறார்.

இரண்டாக பிரியும் குழுவில் ஒரு பிரிவு சிக்கியவரின் உடலை போலீஸ், மருத்துவமனை, பின் அவரது குடும்பத்தினரிடம் ஒப்படைக்கும் ஏற்பாடுகள் செய்ய, மற்றொரு பிரிவு சாப்பாட்டு டப்பாக்களுடன் வேலையை விட்ட இடத்திலிருந்து தொடர்கிறது.

டப்பாவாலாக்களின் கடமையுணர்வு மெய்சிலிர்க்க வைக்கக்கூடியது. முப்பது டப்பாவாலாக்கள் இயங்கும்

குழுவுக்கு ஐந்து டப்பாவாலாக்களை வேலை ஏதுமின்றி சும்மா வைத்திருக்கிறார்கள். ஆத்திர அவசரத்துக்கு என்று எந்தக் கூட்டத்திலும் அடையாளம் காண்பதற்கு வேண்டி எல்லோரும் தலையில் காந்தி தொப்பி வைத்திருக்க வேண்டும். தலையில் தொப்பி மிஸ்ஸிங் என்றால் அபராதம் உண்டு. வேலை நேரத்தில் குடிக்கக்கூடாது, குடித்திருந்தால் ஐயாயிரம் ரூபாய் அபராதம் என்று ஒழுக்கத்தோடு இயங்குகிறார்கள்.

புதிதாக வேலைக்குச் சேர்பவர்களுக்கு முதல் ஆறு மாதம் பயிற்சி காலம். பின் நாலாயிரம் ரூபாய் சம்பளம். டப்பாவாலாக்களின் சம்பளம் நாலாயிரத்தில் இருந்து ஐயாயிரம் வரை.

டப்பாவாலாக்கள் ஒவ்வொரு டப்பாவின் மீதும் வெவ்வேறு வண்ணங்களில் பத்து குறியீடுகளை இடுகிறார்கள். இந்தக் குறியீடுகள் ஆரம்ப இடம், ரயில் நிலைய நிறுத்தம், போகும் வழி, சேரும் இடம் போன்றவற்றை அடையாளம் காட்டுவதாக இருக்கும். குறியீடுகளைச் சரியாக புரிந்துகொண்டுச் செயல்படும் டப்பாவாலாக்கள் ஒருபோதும் தவறு செய்வதில்லை.

சில வருடங்களுக்கு முன் உலகின் நம்பர் ஒன் பிஸினஸ் பத்திரிகையான ஊணிஞுாஞுனுண், டப்பாவாலாக்களின் செயல்பாடு களைத் தீர ஆய்வு செய்து, அவர்கள் உலகப்புகழ் பெற்ற சிக்ஸ் சிக்மா தரக்கட்டுபாட்டோடு செயல்படுவதாகவும், அவர்களது விநியோகம் 99.99999 சதவிகிதம் சரியாக நடக்கிறது என்றும் சொன்னார்கள். அதாவது, அறுபது லட்சம் தடவைகளுக்கு ஒரு முறை தப்பு நடக்கிறது என்று அர்த்தம்.

இவ்வளவு சிறப்பாக இயங்கும் டப்பாவாலாக்கள் வசூலிக்கும் தொகை இருநூறில் இருந்து முன்னூறு ரூபாய். மாதவருமானம் கிட்டதட்ட மூன்றரை கோடிக்கு மேல்.

டப்பாவாலாக்களைப் பற்றிக் கேள்விபட்டு அசந்து போன இங்கிலாந்து இளவரசர்

சார்லஸ், தனது இந்திய வருகையின் போது இவர்களைச் சந்திக்க விருப்பம் தெரிவித்தார்.

மகிழ்ச்சியோடு சம்மதம் தெரிவித்த அவர்கள், தயக்கத்தோடு ஒரு கோரிக்கையை முன்வைத்தார்கள். அந்த கோரிக்கை, ‘காலை 11.15 லிருந்து 11.45க்குள் ரயில் நிலையத்தில் சாப்பாடு டப்பாக்களை போகும் இடங்களுக்கேற்றார் போல் பிரிக்கும் வேலை நடக்கும்.

அப்போது கொஞ்சம் வேலை குறைவாக இருக்கும். அப்போது சந்தித்தால் பரவாயில்லை' என்பதுதான்.

சந்திக்க விரும்புவது இளவரசரே ஆனாலும் வேலைதான் முக்கியமென்கிற கடமையுணர்வு கண்டு அசந்து போன சார்லஸ், தனது மற்ற சந்திப்புகளைச் அனுசரித்துக் கொண்டு அவர்களைச் சந்தித்திருக்கிறார்.

நிர்வாக படிப்புகளுக்காக உலகப் புகழ் பெற்ற இந்தியன் இன்ஸ்டிடியூட் ஆப் மேனேஜ் மெண்ட் டப்பாவாலாக்களை அழைத்து, அவர்கள் வெற்றிகரமாக செயல்படும் விதம் குறித்துப் பேச சொன்னது.

சரியான திட்டமிடுதல், திட்டமிட்டதைத் திறமையாக செயல்படுத்துதல், லாபம் சம்பாதிப்பது என்று எல்லாவற்றையும் கனகச்சிதமாக நடத்தும் டப்பாவாலாக் களின் வெற்றிக்கு ஒரு விஷயம்தான் முக்கியமான காரணம். அது, காமன்சென்ஸ்.

Success is more a function of consistent commonsense than it is of genius - Anwang.

9

பயோகான் பாடங்கள்!

எண்பதுகளின் தொடக்கம். சென்னை ஐ.ஐ.டியில் பி.டெக் படித்துக்கொண்டிருந்த ஸ்ரீகுமார் சூர்ய நாராயணனுக்கு தனது புராஜெக்டைச் செயல்படுத்துவதற்கு என்சைம்ஸ் (enzymes) தேவைபட்டது. எங்கே கிடைக்கும் என்று தேடிய அவர், பெங்களூர் சென்று சிரமப்பட்டு பயோ டெக்னாலஜி நிறுவனம் நடத்திக் கொண்டிருந்த அந்தப் பெண்ணைச் சந்தித்தார்.

புராஜெக்ட் பற்றி ஆர்வமாக விசாரித்த அந்தப் பெண், என்சைம் ஸைக் கொடுத்துவிட்டு, அதற்கான பணம் வேண்டா மென்றார். பி.டெக்குக்குப் பிறகு டெல்லி ஐ.ஐ.டியில் எம்.டெக் முடித்த சூர்ய நாரயணன், பி.ஹெச்.டி பண்ணுவதற்காக அமெரிக்காவின் பல பல்கலைக்கழகங்களுக்கும் விண்ணப்பித்தார். சில பல்கலைக் கழகங்களிடம் இருந்து அழைப்பு வர, எங்கே படிக்கப் போவது, யாரிடம் ஆலோசனை கேட்பது என்று யோசித்த சூர்ய நாராயணனுக்கு சட்டென்று அந்த பெங்களூர் பெண்ணின் நினைவு வந்தது.

எந்தப் பல்கலைகழகத்தில் சேருவது என்பது பற்றி பெங்களூர் வந்து ஆலோசனை கேட்டார் சூர்யநாராயணன். எல்லாவற்றையும் பொறுமையாகக் கேட்ட அந்தப் பெண்,

‘உங்களது ஆய்வை ஏன் இங்கேயே தொடங்கக் கூடாது? உங்களது ஆய்வுடன் எங்களது நிறுவனத்துக்கு ஓர் ஆய்வுப் பிரிவையும் (Research development division) ஏற்படுத்திக் கொடுங்கள் என்று பதில் கூற, சூர்ய நாராயணனுக்கு ஒரு கணம் தயக்கம்.

அமெரிக்காவில் சகல வசதிகள் கொண்ட ஒரு பல்கலைக் கழகத்தில் ஆய்வை மேற்கொள்வதா அல்லது பெயர் தெரியாத நிறுவனத்தின் புதிய ஆய்வுப் பிரிவுக்குத் தலைமை தாங்குவதா? இப்போது பெங்களூரைத் தேர்ந்தெடுத்த சூர்ய நாராயணன் என்ன ஆனார் என்பதற்கு முன் அந்தப் பெண்ணைப் பற்றி..

அப்பாவின் அறிவுரைப்படி ஆஸ்திரேலியாவின் மெல்பார்ன் பல்கலைக்கழகத்தில் மாஸ்டர் ப்ரூவர் (Master Brewer) படித்த கிரண், இந்தியாவுக்குத் திரும்பியபோது அவருக்கு நிராகரிப்பும், நிச்சயமற்ற தன்மையும்தான் காத்திருந்தன.

அதற்குல்க்காரணம் அவரது படிப்பு. மாஸ்டர் ப்ரூவர் படித்தவர்கள் Brew master ஆக மதுபானத் தொழிற்சாலைகளில் வேலைக்குச் சேரலாம். தானியங்களை நனைத்து, நுரைக்க வைத்து பதமாக்கும் வேலை. கிக்கான வேலை, Brew மாஸ்டராக ஆசைப்பட்டுப் படித்த கிரண், இந்தியாவிலுள்ள ஒவ்வொரு Breweries ஆக ஏறி இறங்கினார்.

எல்லோரும் சொன்ன பதில், நோ. நிராகரிப்புக்கான காரணம், ''பெண்ணான உன்னால் உடன் வேலை செய்யும் தடி தடியான ஆண்களைக் கட்டுபடுத்த முடியாது.'' என்பதுதான். அப்போது இந்தியாவின் Brew மாஸ்டராக ஒரு பெண்கூட கிடையாது.

இந்தியாவில் தனது துறையில் வேலை கிடைப்பது கடினம் என்று புரிந்துகொண்ட கிரண், ஐரோப்பாவில் வேலை தேடினார். அவருக்கு ஸ்காட்லாந்தில் வேலை கிடைத்தது.

ஸ்காட்லாந்து போக ஆயத்தமாகிக் கொண்டிருந்த கிரண், 1978ல் பெங்களூருக்கு வந்திருந்த லெஸ் அசின்கிளாஸைச் (Les auchincloss) சந்தித்தார்.

இந்தச் சந்திப்பு கிரணின் வாழ்க்கையைத் தலைகீழாகத் திருப்பிப் போட்டது.அயர்லாந்தைச் சேர்ந்த லெஸ் அசின்கிளாஸ் விஞ்ஞானி. தொழில் முனைவரும்கூட. இந்தியாவில் தொழில் தொடங்க விருப்பபட்ட அவருக்கு கிரணைப் பார்த்தவுடன் நம்பிக்கை வந்தது. தன்னுடன் இணைந்து தொழில் தொடங்குமாறு வேண்டுகோள் விடுத்தார்.

கிரண் சம்மதிக்க, கம்பெனி ஆரம்பமானது. முதல் அலுவலகம், அப்போதைய பெங்களூரின் புறநகர்ப் பகுதியான கோரமங்கலாவில் ஒரு வீட்டின் கார்செட்டில் அமைந்தது. கிரணின் முதலீடு ரூபாய் பத்தாயிரம். கம்பெனி - பயோகான்.

கம்பெனி ஆரம்பித்தாகி விட்டது. தான் ஒருவரே எல்லாம் செய்ய முடியாது. யாரையாவது வேலைக்கு அமர்த்திக் கொள்ளலாம் என்றால் பல சிக்கல்கள். நேர்முகத் தேர்வுக்கு வந்தவர்கள் கேள்வி கேட்க வேண்டிய கிரணிடம் தங்களது சந்தேகங்களையும் கேள்விகளையும் சரமாரியாக வீசினர்.

பலரது கேள்விகளுக்குப் பதில் கூறி வெறுத்துப் போன கிரண், தன்னுடன் படித்த தோழியான பிரதிமா ராவை செக்ரட்டரியாக வர வேண்டினார். அதற்குச் சம்மதித்த பிரதிமா, கிரணுக்கு செக்ரட்டரியாகவும் பள்ளியில் ஆசிரியராகவும் இரட்டைச் சவாரி செய்தார்.

பயோகான் ஆரம்பத்தில் இரண்டு என்சைம்களை மட்டும் தயாரித்தது. பப்பாளிப் பழத்திலிருந்து பப்பாயன் என்ற என்சை

மையும், ஒருவகை மீனிலிருந்து இஸிங்கிளாஸ் என்ற என்சை மையும் தயாரித்தது.

இந்த நேரத்தில்தான் சூர்ய நாராயணன் பயோகானில் தன்னை இணைத்துக்கொண்டு, ஆய்வுக்கூடத்தை உருவாக்கத் தொடங்கினார். பெங்களூருக்கு வெளியே நிலம் வாங்கி, நிறுவனத்துக்குத் தேவையான வசதிகளை கூட்டினார்.

அமெரிக்காவிலும் ஐரோப்பாவிலும் ஏற்றுமதி ஆர்டர்கள் கிடைக்க, நிலைமை கொஞ்சம் கொஞ்சமாகச் சீரானது. என்சைம் தயாரிப்பிலிருந்து பயோ பார்மசூட்டிக்கல்ஸ், கிளினிக்கல் ரிசர்ச் (clinical research) என்று புதிய தளங்களுக்கு பயோகானை கிரண் விரிவுபடுத்தினார். ஆய்வுப் பணிகளுக்காக அவர் செலவழித்த பணம் வீண்போக வில்லை.

லோவாசாடின்(Lovastatin) என்ற கொலஸ்ட்ராலைக் கட்டுபடுத்தும் மருந்தைத் தயாரிப்பதில் பயோகான் வெற்றி கண்டது. பயோகானின்

லோவாசாடின் மருந்தை மருந்துத்துறை தரக்கட்டுப்பாட்டில் கெடுபிடியான அமெரிக்காவின் எப்.டி.ஏ (FDA) அங்கீகரிக்க, பயோகான் வெற்றியின் சுவையை ருசிக்கத் தொடங்கியது. அடுத்து, நீரிழிவு நோய்க்குத் தேவையான இன்சுலினைத் தயாரிப்பதில் பயோகான் தேர்ச்சி பெற்றது.

வெற்றியோடு பணமும் குவிய கிரண் மஜூம்தார், இந்தியாவின் அதிக பணம் படைத்த பெண்ணாகவும் ஆனார். பயோகானின் வெற்றிக்கு முக்கியக் காரணம் கிரண் மஜூம்தார் மனிதர்களை கையாண்ட விதம். வேலைக்கு சேரத் தயங்கிய சூழலிலிருந்து வேலை பார்த்தால் பயோகானில்தான் வேலைபார்க்கவேண்டும் என்ற சூழலை உருவாக்கியதுதான் கிரணின் சவால்.

அமெரிக்க வாய்ப்பை உதறி விட்டு பயோகானில் வேலைக்கு சேர்ந்த ஸ்ரீகுமார் சூர்ய நாராயணனின் கடந்த வருட சம்பளம் ரூபாய் ஒரு கோடியே பதினெட்டு லட்சம்.

பயோகானின் வெற்றிக்கு நூற்றுக்கணக்கான சூர்ய நாராயணன்களின் உழைப்பு முக்கியக் காரணம். தனது நிறுவனத்தில் பணிபுரிபவர்களைக் கூட்டு முதலாளிகள் என்று கிரண் மஜூம்தார் குறிப்பிடுவதுண்டு.

இது சத்தியமான சொல்.

" The human element of performance is more important than the technical element.' - Peter grazier.

10

அடுத்தவரை காப்பியடிக்கலாம், ஆக்கபூர்வமாக!

ஷாப்ரைட் (Shop rite) தென் ஆப்பிரிக்காவின் பிரபலமான ஹைப்பர் மார்க்கெட். மிகப்பெரிய பல்பொருள் அங்காடி என்று பொருள். நிர்மல் லைஃப் ஸ்டைல் என்ற கம்பெனியுடன் கூட்டு சேர்ந்து franchise முறையில் மும்பையில் ஷாப்ரைட் ஹைப்பர் மார்க்கெட் ஆரம்பிக்கப்பட்டது.

ஆரம்பித்தவுடன் நெஸ்லே, ஹிந்துஸ்தான் லீவர் மற்றும் புராக்டர்-கேம்பிள் நிறுவனங்களின் பொருட்களை அதிரடி தள்ளுபடி விலையில் விற்பதாக அறிவித்தார்கள். ஷாப்ரைட்டின் விற்கும் விலை மற்றவர்களின் கொள்முதல் விலையை விடக் குறைவு. இப்படி விலை குறைத்து விற்பதை predatory pricing என்று கூறுவார்கள்.

மற்றவர்கள் புலம்பிக் கொண்டிருக்க, ஷாப்ரைட்டின் போட்டியாளரான கிஷோர் பியானி தனது ஹைப்பர் மார்க்கெட்டின் ஷெல்ஃபுகளிலிருந்து நெஸ்லே, லீவர் மற்றும் பி-ஜியின் பொருட்களை அகற்றிவிட்டு, மூன்று நிறுவனங்களின் அதிகாரிகளையும் அழைத்து, ‘‘உங்களது தயாரிப்புகளை ஷாப்ரைட் வழக்கமான விலைக்கு விற்க வேண்டும். இல்லையென்றால், எனது எல்லா நிறுவனங்களிலும் உங்கள் பொருட்கள் விற்கபடமாட்டாது.’’ என்று கூறிவிட்டு தனது வழக்கமான வேலைகளில் மூழ்கிவிட்டார்.

இரண்டு நாட்களில் ஷாப்ரைட் தனது அதிரடி தள்ளுபடி விற்பனையை நிறுத்திக் கொண்டது. இந்தியாவில் FMCG மற்றும் ஆடைகள் துறையிலிருக்கும் பன்னாட்டு நிறுவனங்கள் உள்ளிட்ட பெரும்பாலான நிறுவனங்களால் தவிர்க்க முடியாத நபர் கிஷோர் பியானி.

பத்தொன்பது நகரங்களில் பேண்டலூன்ஸ் (Pantaloons), பிக் பஜார் (Big bazaar), ஃபுட் பஜார் (Food bazaar) என்ற பெயர்களில் ஐம்பதுக்கும் மேற்பட்ட சில்லறை வியாபார சூப்பர் மார்க்கெட்டுகளுடன் இன்று பிரமாண்டமாகக் கிளை விரித்திருக்கிறது கிஷோரின் பேண்டலூன் ரிடெய்ல் (retail) இந்தியா லிமிடெட்.

கிஷோரின் ஆரம்பம் சாதாரணமானதுதான். மும்பையில் ஒரு சாதாரண வியாபாரியின் மகனான கிஷோரின் முதல் பிஸினஸ் முயற்சி 1987ல் பேண்ட் துணிகளை அலுவலகங்கள், வங்கிகள் மற்றும் தொழில் நிறுவனங்களுக்கு நேரடியாகப் போய் விற்கும் வியாபாரம்.

சாதாரணமாக விற்பதை விட ஒரு பெயர் வைத்து பிராண்டைப் பிரபலப் படுத்தும்போது அதிக லாபம் கிடைக்குமென்பது அவருக்குப் புரிந்தது. உடனே பேண்டலூன் ரெடிமேட் பேண்ட், BARE ஜீன்ஸ், ஜான் மில்லர் சட்டைகளை அறிமுகப்படுத்தினார் கிஷோர்.

நெரிசல் மிகுந்த சந்தையில் ஒருவரது தயாரிப்பு விற்கவேண்டுமானால் உரக்கக் கூவி விற்கவேண்டுமென்ற நம்பிக்கையுடையவர் கிஷோர். BARE ஜீன்ஸை அறிமுகப்படுத்திய முதல் வருடத்தில் விற்பனை ரூ 7 லட்சம். ஆனால் விளம்பரச் செலவு ரூ 16 லட்சம். விளம்பரச் செலவு வீண் போகவில்லை. அடுத்த வருடத்தில் லாபத்தை அள்ளிக் கொடுத்தது.

முதலில் தனது நிறுவனத் தயாரிப்புகளை மற்ற ஜவுளிக் கடைகள் மூலம் விற்றவருக்கு, சில்லறை வியாபாரத்துக்கான மிகப்பெரிய சூப்பர் மார்க்கெட்டை நிறுவ வேண்டுமென்ற கனவு இருந்தது.

நாம் தயாரிக்கும் ஆயத்த ஆடைகளை விற்பவர்கள் நம்மைவிட அதிக லாபம் சம்பாதிக்கும்போது நாமே ஏன் விற்கக்கூடாது? என்று சிந்தித்ததன் தொடர்ச்சியாக 1997ல் பேண்டலூனின் முதல் ஸ்டோர் கொல்கத்தாவில் ஆரம்பமானது.

சில்லரை வியாபாரத்தில் கிஷோரை யாரும் சீரியசாக எடுக்கவில்லை.போதிய அனுபவமோ, பின்புலமோ இல்லாத கிஷோர் என்ன சாதித்துவிடப் போகிறார் என்ற எண்ணம் பலருக்கு. நேரடியாக அனுபவம் பெற்றால்தான் உண்டா என்ன, சில்லறை வியாபார ஜாம்பவான்களின் அனுபவத்திலிருந்து தேவையானவற்றை எடுத்து அவற்றை இந்தியாவின் சூழலுக்கு

ஏற்ப மாறுதல் செய்து செயல்படுத்துவோமே என்ற முயற்சியில் இறங்கினார் கிஷோர்.

அமெரிக்காவின் புகழ்பெற்ற சாம் வால்டனின் (Sam Walton) வால்மார்ட்டில் தொடங்கி சில்லறை வியாபாரத்தில் வெற்றி பெற்ற பலரின் கதையை, அவர்கள் கையாண்ட உத்திகளை உன்னிப்பாகப் படித்தார்.

வால்மார்ட் பற்றிய புத்தகத்தில் category மேனேஜர் பற்றி படித்தார். அதாவது, முகத்தை அழகுபடுத்தும் பொருட்கள் பற்றிய ஒரு பிரிவு. அதில் பவுடர், ஸ்னோ, முகத்தை வெள்ளையாக்கும் கிரீம், இளமையாக வைத்திருக்கும் கிரீம் என்று தொடரும் பொருட்கள் அடங்கும். இவையனைத்துக்கும் ஒரு மேனேஜர், தனது பிரிவில் உள்ள பொருட்களை பார்வையாளர் கண்ணைக் கவரும்படி அடுக்குவதிலிருந்து விற்பனையாளர்கள் சரியாகப் பேசி விற்கிறார்களா என்று கண்காணிப்பது, லாபத்தை அதிகரிப்பது வரை அனைத்தும் அவருடைய பொறுப்பு. இப்படி ஒவ்வொரு கேட்டகிரிக்கும் ஒரு மேனேஜர் என்ற வால்மார்ட் உத்தியை தனது பேண்டலூன்ஸ் நிறுவனத்தில் செயலபடுத்தினார்.

வால்மார்ட் தவிர மெக்கே (Mecy's) மார்க்ஸ் - ஸ்பென்ஸ்ர் (Marks & Spencer) மற்றும் ஸ்பெயின் நாட்டை சேர்ந்த ஸாரா (Zara) என்ற

உலகில் உள்ள புகழ்பெற்ற நிறுவனங்களைப் பற்றிப் படித்து, ஆச்சர்யப்பட்டதோடு நிறுத்தாமல், அவர்களது வெற்றிகரமான உத்திகளைத் தனது நிறுவனத்தில் செயல்படுத்தினார். ஹைப்பர் மார்க்கெட்டைகூட இந்தியர்களுக்கு ஏற்றாற்போல் வடிவமைத்தார். இதுதவிர வாடிக்கையாளர்களின் தேவைகளை உன்னிப்பாகக் கவனித்து, அதற்கேற்ப மாறுதல்களைக் கொண்டுவந்தார்.

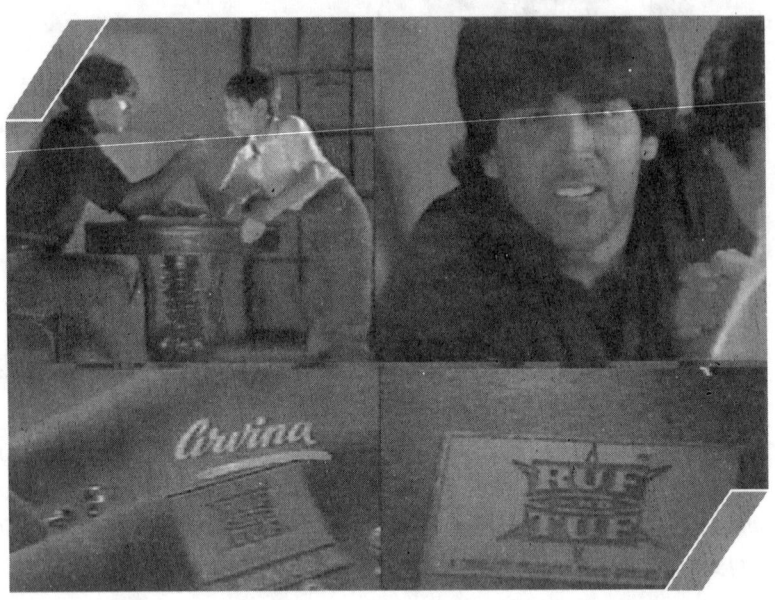

பேண்டலூன்ஸ் கடைகளில் உள்ள ஜீன்ஸ் பிரிவில் நியூ போர்ட் ஜீன்ஸ் ரூ 599, பேண்டலூன் ஜீன்ஸ் ரூ.695, அதற்கு மேலும் விலைகள் உள்ளன. பலர் விலையைப் பார்த்துவிட்டு வாங்காமல் போக ரூ 599க்கு கீழ் ஒரு மிகப்பெரிய மார்க்கெட் இருப்பது கிஷோரின் கண்ணுக்குத் தென்பட்டது. உடனே அரவிந்த் மில்லைத் தொடர்பு கொண்டு, ரூ 299க்கு நல்ல தரமான ஜீன்ஸ் தயாரித்து விற்க முடியுமா என்று விசாரிக்க, அப்போதுதான் அரவிந்த் மில்ஸ் தனது விலை குறைந்த Ruf - n - Tuf பிராண்டை நிறுத்தியது தெரியவந்தது.

பேச்சுவார்த்தைக்குப் பின் மாதம் ஒரு லட்சம் ஜீன்ஸ் வாங்கினால் ரூ 299க்கு தரமான ஜீன்ஸ் விற்க முடியுமென்று புரிந்தது. தற்போது அவரது கடைகளில் Ruf - n - Tuf கிடைக்கிறது.

தனது கடைகளைப் புதிய ஊர்களில் ஏற்படுத்தும் முன் அங்குள்ள பலதரப்பட்ட மனிதர்களைச் சந்தித்துப் பேசி, அவர்களது ரசனை, வாங்கும் திறன், எதிர்பார்ப்புகள் என்று சகலத்தையும் கேட்டுத் தெரிந்தபின், அதற்கேற்ப தனது கடையை, பொருட்களின் அமைப்பைத் தீர்மானிக்கிறார் கிஷோர்.

சில்லறை வியாபாரத்தின் ரகசியங்களை கிஷோர் புரிந்துகொண்டு செயல்பட, வெற்றி வசமானது. முதல் ஸ்டோரான கொல்கத்தா பேண்டலூன்ஸின் முதல் வருட (1997-98) வியாபாரம் பத்து கோடி ரூபாய். ஐந்து வருடத்தில் அதாவது 2002-03ல் டர்ன் ஓவர் 445கோடி, 2004-05ல் டர்ன் ஓவர் 1200 கோடி ரூபாய்.

1997ல் யாராலும் பொருட்படுத்தப்படாத கிஷோர் பியானி இன்று இந்திய சில்லறை வியாபாரத்தின் சாம் வால்டன். வெற்றி பெற்றவர்களின் கதையைப் படித்து ஆச்சர்யப்படுவதோடு நின்று விடுவது பெரும்பாலானவர்களின் வழக்கம்.

சிலர்தான் வெற்றி பெற்றவர்களின் அனுபவங்களைத் தங்களது தேவைக்கேற்ப பயன்படுத்துகிறார்கள். அந்தச் சிலர் வெற்றி பெறுவதற்கான வாய்ப்புகள் மிக அதிகம். கிஷோர் பியானி அந்தச் சிலரில் ஒருவர்.

There is only one boss. the customer. and he can fire everybody in the company from the chairman on down, simply by spending his money somewhere else. - Sam Walton.

11

சாதனைகளுக்கு முன்மாதிரி இல்லை!

மருந்து தயாரிப்பதைவிட புது மருந்தைடு கண்டுபிடிப்பது மிகவும் சிக்கலான விஷயம். ஏதோ ஒரு நோய்க்கு அல்லது உடல்நலக் குறைபாட்டுக்குத் தீர்வு என்ற ரீதியில்தான் புதிய மருந்தைத் தயாரிப்பதற்கான முயற்சி ஆரம்பமாகும்.

நீரிழிவு நோயைக் கட்டுப்படுத்துவதற்கான மருந்தைக் கண்டுபிடிப்பதற்கான முயற்சியில் அவர் தனது விஞ்ஞானிகள் குழுவுடன் ஈடுபட்டிருந்தார், அல்கனாயிக் அமிலங்களில் குணநலன்களை இரவு பகலாக ஆய்வு செய்து வந்த அவர்களுக்கு நீண்ட உழைப்புக்குப் பிறகு ஒரு துள்ளல் செய்தி.

அவர்கள் கண்டுபிடிப்பதற்கான முயற்சியில் இருந்த மருந்து நீரிழிவு நோயைக் கட்டுபடுத்துவதுடன் கொழுப்பையும் கட்டுப் படுத்தியது.

தயாராகிக் கொண்டிருந்த மருந்துக்கு DRF 2725 என்று தாற்காலிக பெயர் வைக்கப்பட்டது. தயாராகிக் கொண்டிருக்கும் மருந்துகளுக்கு முதலில் இப்படிக் குறியீடாக ஒரு நாமகரணம் இடுவது வழக்கம். மருந்துத் தயாரிப்பு ஒரு குறிப்பிட்ட நிலைக்கு வந்தபின் இரண்டு விதமான வேலைகள் ஆரம்பமாகும்..

ஒன்று - கண்டுபிடிக்கபட்ட மருந்தினால் ஏதாவது குறைபாடு ஏற்படுமா என்று சுண்டெலி, முயல், நாய் என்று பலவிதமான உயிரினங்களுக்குக் கொடுத்து, பின் விளைவுகள் பற்றி ஆய்வு செய்வது. இறுதியில் மனிதனுக்குக் கொடுத்து ஆய்வு செய்யப்படும்.

இந்த ஆய்வின் பெயர் கிளினிக்கல் ரிசர்ச். இரண்டாவது - எப்போது யாருக்கு விற்பது, என்ன விலைக்கு, எவ்வளவு விற்க முடியுமென்ற மார்கெட்டிங் ஆய்வு.

DRF 2725 ஐக் கண்டுபிடித்த அவரது நிறுவனத்துக்கு உலகம் முழுவதும் உள்கட்டமைப்பு வசதி கிடையாது, ஆதலால், நோவா நார்டிஸ்க் என்ற நிறுவனத்திடம் விற்பனை உரிமையைக் கொடுப்பது என்று முடிவானது.

கிளினிக்கல் ஆய்வு பல கட்டங்களைக் கொண்டது. முதல் இரண்டு நிலைகளில் ஆய்வு செய்தபோது முடிவுகள் திருப்திகரமாக இருந்தன. அதேபோல, மார்க்கெடிங் ஆய்வும் இந்த மருந்து உலகமெங்கும் சூப்பர்ஹிட் ஆகபோகிறது என்று ஆருடம் கூறியது.

கிளினிக்கல் ஆய்வு மூன்றாம் கட்டத்தை எட்டியது.

இது நீண்ட காலமாகப் பயன்படுத்தினால் தீங்கு ஏற்படாது என்று உறுதி செய்கிற ஆய்வு.

DRF 2527 மருந்தை எலிகளுக்குத் தொடர்ந்து கொடுத்து ஆய்வு செய்தபோது, நீண்ட நாளைக்குப் பின் ஆயிரத்தில் ஒரு எலிக்கு

சிறுநீரகத்தில் கேன்சர் ஏற்படுவது தெரிந்தது. சந்தோஷக் கனவுகள் நொடிப்பொழுதில் காணாமல் போயின.

அதனைத் தொடர்ந்து DRF 2527 மருந்து பற்றிய அத்தனை ஏற்பாடுகளையும் குப்பையில் தூக்கி போட்டது நோவா நார்டிஸ்க் நிறுவனம். விபரீதமான பின்விளைவுகளை ஏற்படுத்தும் எந்தவொரு மருந்தும் விற்பதற்கு உகந்ததல்ல. 90 விஞ்ஞானிகளின் சில வருட உழைப்பு, ஆய்வுக்குச் செலவழிக்கப்பட்ட கோடிக்கணக்கான பணம் எல்லாம் வீண்.

எல்லோரும் ஒரு கணம் ஆடிப்போய் விட்ட சூழலில், தலைவரான அவர் உறுதியாக கூறிய வார்த்தைகள். ''இந்திய ஆராய்ச்சி நிறுவனமான ISROவின் முதல் விண்வெளி ஏவுகணை முயற்சி தோல்வியில்தான் முடிந்தது. அந்தத் தோல்விதான் பின்னால் வந்த வெற்றிகளுக்கு அடிப்படை. கவலைப்படாமல் அடுத்த ஆய்வை ஆரம்பிப்போம் '' என்றார்.

இந்த நம்பிக்கை பொதிந்த வார்த்தைகளுக்குச் சொந்தகாரர் டாக்டர் அஞ்சி ரெட்டி (Dr.Anji Reddy) நிறுவனம் - டாக்டர் ரெட்டிஸ் லேபாரட்டரிஸ்.

ஒரு புதிய மருந்தைக் கண்டுபிடிப்பதற்கு பன்னாட்டு நிறுவனங்கள் செலவிடும் தொகை ரூ 400 கோடியில் இருந்து ரூ 800 கோடி வரை என்பது தொண்ணூறுகளில் கூறபட்ட தகவல். ஆய்வுக்கு நானூறு கோடி செலவழிக்க வேண்டுமென்றால் பின்புலம் எவ்வளவு உறுதியாக இருக்க வேண்டும்!

புதிய மருந்து கண்டுபிடிப்பில் இறங்கும்போது டாக்டர் ரெட்டிஸ் லேபின் வருடாந்திர விற்பனை ரூபாய் 100 கோடி (வருடம் 1991-92).

புதிய மருந்து கண்டுபிடிப்பில் ஈடுபடும் பன்னாட்டு நிறுவனங்களுக்கு தோல்விகள் வழக்கமாக நிகழும் சம்பவம்தான். கோடிக்கணக்கில் ஏற்படும் நஷ்டத்தை பன்னாட்டு நிறுவனங்களால் தாங்கமுடியும், ஆனால் டாக்டர் ரெட்டியால் தாங்கமுடியுமா? டாக்டர் ரெட்டியின் ஆய்வு வேலையற்ற வேலை என்று பலரது முணுமுணுப்பு அவரது காதுகளில் விழாமல் இல்லை.

டாக்டர் ரெட்டியின் ஆரம்பம் சாதரணமானது. கெமிக்கல் எஞ்சினியரிங்கில் ஆய்வு செய்த அவர், அரசுக்குச் சொந்தமான IDPL என்ற மருந்து தயாரிக்கும் நிறுவனத்தில் வேலைபார்த்தார். 1984ல்

இருபத்தி ஐந்து லட்சம் முதலீட்டில் டாக்டர் ரெட்டிஸ் லேப் ஆரம்பித்த டாக்டர் ரெட்டிக்கு, புதிய மருந்துகள் கண்டுபிடிக்க வேண்டுமென்ற கனவு இருந்தது.கனவுகளோடு அவற்றைச் செயல்படுத்தும் வழிமுறைகளும் அவர் கைவசமிருந்தது.

புதிய மருந்தைக் கண்டுபிடிப்பதில் முன்மாதிரி எதுவும் இந்தியாவில் இல்லை. தனது பிரமாண்டக் கனவுகளின் செயலாக்கம் பற்றி யோசித்தவருக்கு இரண்டே இரண்டு கேள்விகள் முக்கியமாக தோன்றின.

உலக மருந்து கண்டுபிடிப்பு துறையில் என்னென்ன, எப்படியெல்லாம் நிகழ்கின்றன? அதற்கான தகுதியும் திறமையும் இந்தியர்களிடம் இருக்கிறதா? இந்தியர்களிடம் மருந்து கண்டுபிடிப்பதற்கான தகுதியும் திறமையும் இருப்பதாக உணர்ந்தபோது அதற்கான முயற்சியில் ஈடுபட்டார்.

ஏற்கெனவே பிரசித்தி பெற்ற மருந்தில் புதிய மாற்றங்களைச் செய்யும் போது மேம்பட்ட புதிய மருந்தை கண்டுபிடிக்கலாம், இதை அனலாக் என்று கூறுவார்கள். இந்த ஆய்வுக்கு தேர்ச்சி பெற்ற, வேதியியல் வல்லுனர்கள் தேவை. இந்தியாவில் உள்ள வேதியியல் வல்லுனர்களின் உதவியுடன் அனலாக் ஆய்வு முறையில் புதிய மருந்துகள் கண்டுபிடிக்க விரும்பிய டாக்டர் ரெட்டி அதற்கான முயற்சியில் ஈடுபட்டார்.

மிகப்பெரிய போராட்டம் ஒரு புறம். இது நடக்கிற காரியமா என்ற நக்கல் பேச்சு ஒரு புறம். முதலில் கூறியது போல் செலவு பிடிக்கிற தோல்விகள் பலமுறை நிகழ்ந்தன. நீண்ட காத்திருப்புக்குப் பின் சிறிதும் பெரிதுமாக வெற்றிகள் தொடர்ந்தன. கனவுகள் மெய்ப்பட்டன.

91-92ல் ரூபாய் நூறு கோடியாக இருந்த வருமானம் 2005ல் ரூபாய் 1947 கோடியாக வளர்ந்தது. அதைவிட முக்கியம், ரெட்டிஸ் லேபாரட்டரீஸால் மருந்து கண்டுபிடிக்க முடியுமென்பது உலகுக்கு நிரூபணமானது.

சில சாதனைகளுக்கு முன்மாதிரி கிடையாது. முன்மாதிரி இல்லாத விஷயங்களை பிறர் முதலில் நம்பமாட்டார்கள். சரியான திட்டமிடுதலுடன், சோர்ந்து போகாமல் உழைக்கும்போது வெற்றிக்கான வாய்ப்பு அதிகம். இல்லாத வழியில் பயணம் செய்வதற்கு டாக்டர் ரெட்டியின் மனோதிடம் அவசியம்.

New ideas pass through three periods,
It can't be done.
It probably can be done, but it is not worth doing.
I know it was a good idea all along.

- Arthur c. Clarke.

12

கூடிப்பேசு.. கோடி வெற்றி!

ஒரு மதிய வேளை 13 முதல் 20 வயதுக்குள்ளான பத்து குழந்தைகள் கூடியிருந்தனர். அவர்கள் ஸ்பேஸ்டிக் குழந்தைகள். அவர்களால் சரிவர இயங்க முடியாது. ஸ்பேஸ்டிக் குழந்தைகளில் பலர் சுடர்விடும் அறிவுடனும், கலை மற்றும் கற்பனைத் திறனுடனும் இருப்பதுண்டு. அந்தக் குழந்தைகளை சந்திக்க வந்த அவர்கள், தங்களது நிறுவனம் பற்றி உற்சாகமாகப் பேசிவிட்டு, தங்களுக்கு ஒரு லோகோ உருவாக்கித் தர வேண்டினர். அதில் சேட்டன் என்ற பதினேழு வயது சிறுவன் வரைந்த லோகோவை தேர்ந்தெடுந்தெடுத்தனர்.

ஆகஸ்ட் 18, 1999 அன்று பெங்களூரில் நடந்த ஒரு சிறு விழாவில் ஒன்பது நிறுவனர்கள் புடைசூழ Mind tree consulting நிறுவனம் ஆரம்பிக்கப்பட்டது. அப்போது நிறுவனத்தின் குறிக்கோள், செயல்பாடு பற்றி விவரித்த அவர்கள், தங்கள் நிறுவனத்தின் லோகோ உருவான கதையை ஒரு குறும்படமாகக் காட்டினர். அதில் கே.எஸ். சேட்டன் தனது லோகோ தேர்ந்தெடுக்கப்பட்ட விதம் பற்றிக் கூறத் தொடங்கினான்.

சரிவர பேச முடியாத சேட்டன் கூறுவதை மற்றவர்களால் புரிந்து கொள்ள முடியாததால், மற்றொரு சிறுவன், மேல்நோக்கியுள்ள நீல நிற பிரஷ் ஸ்டிரோக் கற்பனையையும், சுற்றியுள்ள மஞ்சள் புள்ளிகள் சந்தோஷத்தையும் குறிப்பதாக விளக்கிச் சொல்ல, கூடியிருந்த பத்திரிகையாளர்கள் உணர்ச்சிவசப்பட்டனர்.

லோகோவுக்காக ஸ்பேஸ்டிக் குழந்தைகளிடம் அணுகியது மட்டுமின்றி, மைண்ட் ட்ரீ நிறுவனத்தின் தொடக்கம்கூட வித்தியாசமானதுதான்.

கிட்டதட்ட பத்து வருடங்கள் விப்ரோ நிறுவனத்தில் வேலை பார்த்த சுப்ரதோ பாக்ஷி (Subroto Bagchi) லுசண்ட் டெக்னாலஜிஸ் என்ற புதிய நிறுவனத்தில் வேலை பார்த்துக் கொண்டிருக்கும்போது, அவருக்கு ஒரு எண்ணம் - ஒரு மேம்பட்ட மென்பொருள் சேவை நிறுவனத்தை ஆரம்பித்தால் என்ன?

உடனே நீண்ட நாள் நண்பரான, விப்ரோவில் வேலைபார்க்கும் கிருஷ்ண குமாரிடம் தன்னுடைய ஆசையைப் பகிர்ந்துகொள்ளப் பிரியபட்ட சுப்ரதோ, பெங்களூரில் உள்ள கரவாளி ரெஸ்டா ரண்டுக்கு அவரை வரச்சொன்னார். நாள் ஜுன் 17, 1998.

கனவுக் கம்பெனியைப் பற்றி நீண்ட நேரம் பேசினார். பொறுப்பான பதவிகளை வகிப்பதால் இருவரது நேரமும் பொன்னானது. அடிக்கடி வெளிநாடுப் பயணம் செய்ய வேண்டிய அவசியம். அலுவலக வேலை நேரத்தில் புதிதாகத் தொடங்கவிருக்கும் நிறுவனத்தைப் பற்றிப் பேசுவதில்லை என்ற முடிவுடன், குறிப்பிட்ட தினங்களில் புதிய திட்டம் பற்றி பேசுவது என முடிவெடுத்து கொண்டார்கள்.

தங்களது கனவு பற்றி யாராவது ஒரு பெரியவரிடம் பேசுவது என்று முடிவெடுத்து கொண்ட இருவரும் பிரிட்டானியா, விப்ரோ போன்ற பெரு நிறுவனங்களின் பைனான்ஸை நிர்வகித்த தங்களது மரியாதைக்குரிய பேராசிரியர் பாலசுப்பிரமணியத்திடம் சென்றனர்.

அவர் வழங்கிய ஆலோசனைகளில் முக்கியமானது, 'பிஸினஸ் திட்டத்தை உருவாக்கும் போது வருவாய் பற்றி குறைத்து மதிப்பிடுங்கள், செலவுகளைக் குறைத்து மதிப்பிட கூடாது'' என்பது.

தங்களது திட்டத்தின் ஒவ்வொரு அம்சமும் உருப்பெறத் தொடங்க, கூடவே வேறு சில நண்பர்களையும் தங்களது கனவுத் திட்டத்தில் சேர்த்துக்கொண்டனர்.

பிஸினஸ் திட்டத்தை உருவாக்க நிறுவனர்கள் எல்லாம் ஒன்று கூடி விவாதிக்க வேண்டும், திட்டத்தில் உள்ள ஒருவர் அமெரிக்காவில்; மற்றவர்கள் எல்லாம் பெங்களூரில், ஒவ்வொருவரும் வெவ்வேறு மென்பொருள் சார்ந்த நிறுவனங்களில் முக்கிய பொறுப்பு வகிப்பவர்கள். எல்லோரும் ஒரே இடத்தில் சேர்ந்து காணப்படுவது கூட அபாயகரமானது.

பெங்களூர் பிஸினஸ் மீடியாவின் கண்படாத இடமாகத் தேடி கடைசியில் விசாகப்பட்டினத்தில் கூடுவதாக முடிவு செய்தார்கள். கூட்டாக விமானத்திலோ, ரயிலிலோ சென்றால் விஷயம் வெளியாகக்கூடும் என்று நினைத்தவர்கள், 1200 கிலோ மீட்டர் தூரம் காரிலேயே சென்றனர். கூட்டு முயற்சியில் திட்டம் தீட்டும்போது ஒரு நிலை வரை ரகசியத்தை பாதுகாப்பது அவசியம். ரகசியமாக விசாகப்பட்டினத்தில் திட்டம் ரெடி.

சுபரதோ அன் கோ வினரிடம் எல்லாம் ரெடி, பணத்தை தவிர. முதலீட்டாளர்களைத் தேடும் தருணத்தில் ஓர் அனுபவம் வாய்ந்த

நல்ல தலைவரும் பார்ட்னராகக் கிடைத்தால் நன்றாக இருக்குமே என்று அவர்கள் விரும்பினார்கள்.

யார், யார் தலைவராக வந்தால் நன்றாக இருக்கும் என்று விவாதித்தனர். அவர்கள் வருவார்களா என்று தயக்கம். பழைய தொடர்புகள் மூலம் அமெரிக்காவின் முதலீட்டாளரான (venture capitalist) வால்டன் அமைப்பின் சோம்தாஸைச் சந்தித்தார் சுப்ரதோ.

சம்பிரதாயமாகக் கழிந்த சில சந்திப்புகளுக்குப் பின், அமெரிக்காவில் சுப்ரதோ சோம்தாஸை சந்திக்க வேண்டிய நேரம் நெருங்கியிருந்தது. அப்போது ஒரு சிக்கல். புதிய நிறுவனத்தின் பைனான்ஸ் பற்றிய விபரங்கள் எதுவும் தயாராகாத நிலை. ஆகவே, சந்திப்பை ஒத்திப்போடலாமா என்று சுப்ரதோ கேட்க, இல்லை சந்திப்போம் என்று சோம்தாஸிடமிருந்து பதில் வந்தது.

சந்திப்பின்போது புதிய திட்டங்களைப் பற்றி பேசிய சோம்தாஸ், சிறிது நேரம் கழித்து,

'இன்று காலை அசோக் சுட்டாவிடமிருந்து (Ashok Soota) தொலைபேசி அழைப்பு வந்தது' என்றார்.

அடுத்த நொடி சுப்ரதோ கண்ணில் ஒரு மின்னல்.

அசோக் சுட்டா அப்போது மென்பொருள் சேவையில் கொடிகட்டிப் பறந்த விப்ரோ இன்போ டெக் நிறுவனத்தின் தலைவர். அந்த நிறுவனத்தின் வருமானத்தைக் கிட்டத்தட்ட ஐந்தரை கோடி ரூபாயில் இருந்து ஆயிரம் கோடிக்கு உயர்த்தியவர். அப்போது அவரது வயது 59. எல்லோரும் ஓய்வு பெறும் வயது.

ஆர்வத்துடன் சுபரதோ காத்திருக்க சோம் தாஸ் தொடர்ந்தார்.

"தான் சொந்தமாக ஒரு நிறுவனம் தொடங்கப்போவதாக விப்ரோவின் தலைவர் அஸிம் பிரேம்ஜியிடம் சொல்லிவிட்டார் அசோக். அத்தோடு, விப்ரோவிலிருந்து வெளியேற விரும்புவதையும் சொல்லிவிட்டார். தனது புதிய நிறுவனத்தை பற்றியும் அதன் திட்டங்களை பற்றியும் சுருக்கமாக கூறிய அசோக், அதில் முதலீடு செய்ய வால்டன் விரும்புகிறதா என்று கேட்டார். அவரிடம் நான், 'கிட்டத்தட்ட இதே மாதிரியான ஒரு திட்டத்துடன் விப்ரோவின் சில உயர் அதிகாரிகளும் ஒரு முன்னாள் விப்ரோஅதிகாரியும்எங்களைஅணுகியிருக்கிறார்கள்'என்றேன். சிறு யோசனைக்கு பின் அசோக் அவர்களில் ஒருவரை நான் யூகிக்கட்டுமா?" என்றார்.

அசோக் கூறிய பெயர் சுப்ரதோ. சுப்ரதோ அன் கோ வுடன் அசோக்கை இணைத்து விட்டார் சோம்தாஸ். அசோக்கின் நீண்ட அனுபவம் சுப்ரதோ அன் கோவின் பிஸினஸ் திட்டத்துக்கு வலுசேர்த்தது.

ஒன்பது நபர்கள் ஈகோ துறந்த திறமையை நம்பி ஆரம்பித்த, "மிண்ட் ட்ரே கன்சுல்டிங்" நிறுவனத்தின் ஐந்தாவது வருடத்தில் அதன் வருமானம் 247 கோடி.

புதிதாகத் தொழில் தொடங்குபவர்கள் திட்டமிடுதலோடு, ஆரம்ப காலங்களில் அதைச் செயல்படுத்தும் வித்தையையும் கற்றுக்கொள்ள வேண்டியது அவசியம்.

The nicest thing about not planning is that failure comes as a complete surprise, rather than being preceded by a period of worry and depression. - Sir john Harvey jones.

13

மூன்றாவது கோணம் முக்கியமானது.

1996 வரை அனு அகாவின் வாழ்வில் எல்லாம் நல்லபடியாகத்தான் இருந்தது

தொழிலில் சாதனை படைக்கும் கணவர். அழகான இரண்டு பிள்ளைகள். மூத்த பையன் அப்பாவுக்கு உதவியாகத் தொழிலில் ஈடுபட்டிருந்தான், அனு அகாவும் கணவரது நிறுவனத்தில் மனித வள மேம்பாட்டுத் துறையில் ஈடுபட்டிருந்தார்.

அனு அகாவின் மாமனாரும் கணவரும் இணைந்து 1967ல் புனேயில் சிறிய அளவில் மருத்துவமனைக்கான ஸ்டெரிலை சேஷன் உபகரணம் தயாரிக்கும் தொழிலில் ஈடுபட்டனர். பல்வேறு சிக்கல்களுக்கு நடுவே தொழில் துளிர்விட்டது. வெளிநாட்டு கம்பெனியான வான்சன்னுடன் கூட்டாகச் சேர்ந்து புதிய தொழில் நுட்பத்துடன் பாய்லர்கள் தயாரிப்பில் இறங்கினர்.

பாய்லர்கள் தயாரிப்பில் வெற்றி பெற்று, பின்னர் தண்ணீர் சுத்திகரிப்பு, கூலிங் என்று பல துறைகளுக்கு விரிவுபடுத்தினார் அனு அகாவின் கணவரான ரோகிண்டன் அகா.

நிறுவனத்தின் பல செயல்பாடுகளும் இயக்கங்களும் வெப்பத்தை சார்ந்திருப்பதால், தெர்மேக்ஸ் என்று நிறுவனத்துக்குப் புதிய பெயரிட்டார் ரோகிண்டன். இது நடந்த 1980 ஆம் ஆண்டு. அதன்பின் நிறுவனம் வேகமாக வளர்ந்தது.

எல்லாம் நல்லபடியாக நடந்துகொண்டிருந்த 1996-ல் ரோகிண்டன் அகால மரணமடைந்தார். கணவரை இழந்த சோகத்தில் இருந்து அனு அகா மீள்வதற்குள் அவரது வாழ்வில் புயல் மீண்டும் விளையாடியது.

1997ல் அனு அகாவின் மகனான குருஷ் ஒரு சாலை விபத்தில் இறந்து போனான். அடுத்தடுத்து நடந்த இரண்டு சோகங்களும் நிறுவனத்தின் நம்பிக்கையை அசைத்துப் பார்த்தது.

தொழிலில் ஈடுபடுபவர்கள் பல சமயங்களில் தங்கள் சொந்த ஆசாபாசங்களைத் தள்ளி வைத்துவிட்டு, நிறுவனத்தின் தேவையை முன்னிறுத்திச் செயல்பட வேண்டிய அவசியம் ஏற்படலாம். அப்படியொரு நிலையிலிருந்து அனு அகா 'தெர்மேக்ஸ்' நிறுவனத்தோடு தன்னை முழுமூச்சாக இணைத்துக் கொண்டார்.

தலைமைப் பொறுப்பில் இருந்து நிறுவனத்தின் சகல அம்சங்களையும் ஆய்வு செய்த அனு அகாவுக்கு, வெற்றியின் மமதையில் நிறுவனம் சில தவறான முடிவுகளை எடுத்திருப்பது தெரிந்தது.

வெற்றி எங்கும் தொடருமென்ற நம்பிக்கையில், சம்பந்தமில்லாத பல புதிய தொழில்களில் நிறுவனம் தன்னுடைய முதலீட்டை முடக்கியிருந்தது. தேசிய பொருளாதாரத் தேக்கம் நிறுவனத்தின் செயல்பாட்டைப் பாதித்தது.

1999-2000ல் நிறுவனம் முதன் முதலாக செயல் நஷ்டத்தைப் பார்த்தது (operational loss) நிறுவனத்தின் பங்கு விலை ரூ 36 ஆகக் குறைந்தது. நிறுவனம் ஓஹோவென்று இருக்கிற நேரத்தில் இருந்த பங்கின் விலையை விட இது பல மடங்கு குறைவு. 1996ல் பங்குச் சந்தையில் பட்டியல் ஆகும்போது பத்து ரூபாய் மதிப்புள்ள பங்கு நூற்றி என்பது ரூபாய்க்கு பிரிமியத்தில் பட்டியல் ஆனது.

சில அதிரடியான மாற்றத்தை கொண்டு வராமல் நிறுவனத்தைத் தூக்கி நிறுத்த முடியாது என்று நம்பினார் அனு அகா.

சிக்கலில் இருக்கும் போது நமது பார்வையை விட மூன்றாவது நபரின் கோணம் முக்கியமானது.

பாஸ்டன் கன்சல்டிங் குருப் என்ற தனியார் கன்சல்டிங் நிறுவனத்திடம் தனது நிறுவனத்தின் சகல அம்சங்களையும் ஆராய்ந்து அறிக்கை தர வேண்டினார் அனு அகா. அந்த அறிக்கை வெளியானபிறகு நிறுவனத்தைப் பழைய நிலைக்குக் கொண்டு வருவதற்கான புதிய திட்டங்களுடன் களமிறங்கினார் அனு அகா.

சம்பந்தமில்லாத துறையில் ஆரம்பிக்கப்பட்டிருந்த கிளை நிறுவனங்களை விற்றார் அனு அகா. தேவையான இடங்களில் வி.ஆர்.எஸ் அறிமுகப்படுத்தி ஆட்குறைப்பு செய்தார். பத்தொன்பது சதவிகித ஊழியர்களுக்கு வி.ஆர்.எஸ் கொடுக்கப்பட்டது.

நிறுவனத்தின் முந்தைய தொடர் வெற்றிகள் ஊழியர்களின் மனத்துக்குள் ஆழமாக வேர்விட்டு வளரும்போது ஒருவித

மமதையும், 'தாம் செய்வதுதான் சரி' என்கிற மனப்போக்கும் வந்துவிடுகின்றன. இப்படியான மனோ நிலை நீண்ட காலத்துக்குத் தொடரும்போது நிறுவனத்தின் செயல்பாடு சராசரிக்கு வந்துவிடும். இதன் தொடர்ச்சியாக நிகழ்வதுதான், satisfactory under performance. அதாவது, சுமாரான செயல்பாட்டில் திருப்திப்படுவது.

பல வெற்றிகரமான நிறுவனங்கள் இப்படியொரு சிக்கலுக்கு ஆட்பட்டு, மெல்ல மெல்லப் பின்னுக்கு போய்விடும் சூழலில் சிக்கியிருக்கின்றன. தொடர் வெற்றி தெர்மேக்ஸ் நிறுவனத்தின் ஊழியர்களிடம் மேற்படியான மனோநிலையை உருவாக்கிவிட்டிருந்தது. அதை மாற்றுவது அனு அகாவுக்கு மிகச் சிரமமாக இருந்தது.

என்றாலும், ஊழியர்களோடு அதிக நேரம் செலவிட்டார். மாறிவரும் சூழல்களையும் அதற்கேற்ப மாறவேண்டிய அவசியத்தையும் நிறுவனத்தில் பணிபுரியும் அனைவருக்கும் புரியும்படி செய்தார்.

தலைமையின் கனவு ஊழியர்களின் கனவாகும்போது வெற்றியின் வாய்ப்பு அதிகமாகும். சொந்த வாழ்வின் சோகங்களை ஒற்றைப் புன்னகைக்குள் புதைத்துவிட்டு, ஊழியர்களோடு இரவு பகலாக உழைத்தார் அனு அகா.

சரியாக மூன்று வருடத்தில் நிலைமை சீரானது.

2002 - 2003 ல் தெர்மேக்ஸ் நிறுவனத்தின் வருடாந்திர டர்ன் ஓவர் 577 கோடி ரூபாய். நிறுவனம் ஆரம்பித்ததிலிருந்து அதிகப்படியான நிகர லாபத்தை நிறுவனம் கண்டது. வரலாறு காணாத திருப்பம்.

எப்படிச் சாதித்தீர்கள் என்றால் ஊழியர்களைத்தான் கைகாட்டுகிறார் அனு அகா.

14
தோல்விகளின் வலி

அன்றைய தினம் சஞ்சய் வாழ்வில் மோசமான நாள். கடன் கொடுத்த தேசிய மற்றும் சர்வதேச வங்கிகள் கழுத்தைப் பிடிக்காத குறையாக நெருக்குகின்றன. மொத்தம் 85 வங்கிகளிடம் அவரது நிறுவனம் வாங்கிய கடன் ரூ 2700 கோடிகள். சூடு பறக்கும் விவாதம். நிறுவனத்தின் நிலைமை அவ்வளவு நம்பிக்கை தருவதாக இல்லை.

அன்றைய நிலவரப்படி அடுத்த பத்தாண்டுகளில் அறுபது சதவிகித கடனைத்தான் திருப்பித்தரமுடியும். நிறுவனம் என்ன ஆனாலும் பரவாயில்லை, எங்களுடைய பணம் திரும்ப வேண்டும் என்று சில வங்கிகள் குரல் கொடுத்தன. விரக்தியின் விளிம்பிலிருந்த சஞ்சய், வங்கிகளின் முடிவுக்குக் கட்டுப்படுவதாகக் கூறினார். இது நடந்தது 3 மார்ச் 2000 அன்று.

சில ஆண்டுகளுக்கு முன்புவரை பிஸினஸ் இதழ்களின் பக்கங்களை அலங்கரித்த வெற்றியாளார் சஞ்சய். அவரது திட்டங்களும் அணுகுமுறையும் பணத்தை கொட்டுவதாகக் கட்டுரைகள் வெளியாகிக்கொண்டிருந்தன. சஞ்சயின் அரவிந்த் மில்லுக்கு எப்படி இந்த நிலைமை என்பதற்குமுன் ஒரு முன்கதைச்சுருக்கம்.

பிரிட்டிஷார் மூலம் வெளிநாடுகளிலிருந்து ஏராளமான துணிவகைகள் இறக்குமதி ஆகிக்கொண்டிருந்த காலகட்டம் அது. இறக்குமதி ஆடைகளைப் பயன்படுத்துவதை எதிர்த்து சுதேசி இயக்கம் வலுப்பெற்றது. இந்தியத் தயாரிப்புகளைப் பயன்படுத்த வேண்டுமென்ற எண்ணம் மக்களிடையே உருவானது.

அகமதாபாத்தை சார்ந்த கஸ்தூரிபாய், நரோடம் பாய், சிமன் பாய் ஆகிய சகோதரர்கள் மெல்லிய உயர் ரக ஆடைகளைத் தயாரிப்பது என்ற முடிவோடு அரவிந்த் மில் நிறுவனத்தை ஆரம்பிக்கிறார்கள். அது வருடம் 1931.

ஆரம்பித்த சில வருடங்களிலே வெற்றியை ருசிக்கத் தொடங்கிய அரவிந்த் மில்லின் நிர்வாகம், 1975ல் கஸ்தூரிபாயின் பேரனான சஞ்சய் லல்பாயிடம் வந்தது. சஞ்சயின் காலம் அவரது தாத்தாவின் காலம் போல அவ்வளவு எளிதானதாக இருக்கவில்லை. எழுபதுகளில் பிரபலமான பவர்லூம் மில்கள் பெரிய துணி மில்களுடன் போட்டி போட்டன. லாபம் குறைந்தது.

புடவை, சட்டை, பேண்ட்டுக்கான துணிகளைத் தயாரிப்பதற்கு நிறைய நிறுவனங்கள் வந்துவிட்ட சூழலில், சஞ்சய் லாபத்தைப் பெருக்குவதற்கான வழிமுறைகளை ஆராய்ந்தார்.

நீண்ட ஆய்வுக்குப் பின் ஜீன்ஸ் துணியான டெனிம் தயாரிப்பில் அதிகமாக ஈடுபடுவது என்று முடிவு செய்து அதற்கான முயற்சியில் இறங்கினார் சஞ்சய். 1987ல் வருடத்துக்கு 50 லட்சம் மீட்டர் ஜீன்ஸ் துணியைத் தயாரிக்கும் திறன் பெற்றிருந்த அரவிந்த் மில்லை மிக வேகமாக விரிவுபடுத்தினார் சஞ்சய்.

1991லிருந்து 1997 வரையுள்ள காலங்களில் ரூ 1054 கோடி செலவில் விரிவாக்கம் தொடர்ந்தது. 1997ல் வருடத்துக்கு பதினோரு கோடி மீட்டர் ஜீன்ஸ் துணியை தயாரிக்கும் திறனைப் பெற்றது அரவிந்த் மில். அதன்மூலம் உலகின் மூன்றாவது பெரிய ஜீன்ஸ் துணி (டெனிம்) தயாரிப்பாளராக மாறியது அரவிந்த் மில்.

நிறுவனத்தின் விற்பனையும் லாபமும் புதிய உயரங்களுக்குப் போயின. 1996 -97 ஆம் ஆண்டு விற்பனை ரூ 863 கோடி. நிகர லாபம் ரூ 127 கோடி.

சஞ்சயின் புகைப்படம் பத்திரிக்கைகளின் அட்டை படத்தை அலங்கரித்தது. உலகச் சந்தையில் ஜீன்ஸ் துணிக்கு ஏக கிராக்கி. கொள்முதல் விலை ஒரு மீட்டருக்கு ரூ 93. அரவிந்த் மில்லின் பெரும்பான்மையான வியாபாரம் ஏற்றுமதி மூலம் வந்து கொண்டிருந்தது.

அப்போது இந்தியாவுக்கு வெகுதொலைவில் நாப்தா என்று ஒரு வர்த்தக ஒப்பந்தம் கையெழுத்தானது, நாப்தாவின் விரிவாக்கம் நார்த் அட்லாண்டிக் ஃபிரி டிரேட் அக்ரிமெண்ட். 1996 புத்தாண்டு தினத்தன்று கையெழுத்தான இந்த ஒப்பந்தத்தின்படி எல்லா வகையான துணிமணிகளும் கனடா, மெக்ஸிகோ, அமெரிக்காவுக்கு இடையில் இறக்குமதி வரியில்லாமல் விற்கப்படலாம். மற்ற நாடுகளிலிருந்து விற்கவேண்டுமென்றால் பதினேழு சதவிகிதம் இறக்குமதி வரி செலுத்த வேண்டும்.

அரவிந்த் மில்லிடமிருந்து ஜீன்ஸ் துணி வாங்கி கொண்டிருந்த அமெரிக்க நிறுவனங்கள் பக்கத்திலிருக்கும் மெக்ஸிகோவுக்குப் படையெடுத்தன. இதே கால கட்டத்தில் நடந்த இரு வேறு நிகழ்வுகள் அரவிந்த் மில்லுக்கு எதிரானவை.

உலக ஃபேஷன் துறையில் நேர்ந்த மாற்றங்களால் ஜீன்ஸ் துணியின் விலை சரிந்தது. ஜீன்ஸ் துணியின் உற்பத்திக்கான தயாரிப்பு செலவு அதிகரித்தது. வெற்றியைவிட வீழ்ச்சி வேகமாக நிகழ்ந்தது. பங்குச்சந்தையிலும் அரவிந்த் மில் செல்வாக்கு இழந்தது. வீழ்ச்சியின் போது சஞ்சய் அன் கோவின் பல திட்டங்கள் எதிர்பார்த்தபடி நிகழவில்லை. முக்கியப் பொறுப்புகளில் இருந்த அதிகாரிகள் புதிய வேலைதேடிப் போயினர். வட்டியைத் திருப்பிக் கட்ட முடியாமல் நிறுவனம் திணறியது. 85 வங்கிகளில் சுமார் 2700 கோடி ரூபாய் கடன். இந்திய வர்த்தக உலகம் இப்படிபட்ட பெரும் தோல்வியை இதற்கு முன் சந்தித்தது இல்லை.

கடன் கொடுத்த வங்கிகள் கூட்டமைப்பு தங்களுக்குள்ளும் அரவிந்த் மில்லின் அதிகாரிகளுடனும் பலமுறை சந்திப்பு நிகழ்த்தியது. அரவிந்த் மில்லை வீழ்ச்சியிலிருந்து மீட்டெடுக்க நிறுவனத்தின் முழுப் பொறுப்பில் சஞ்சய் இருப்பது அவசியம் என்று பெரும்பான்மையான வங்கிகள் நம்பின. ஹாட் சீட்டில் மீண்டும் சஞ்சய்.

பைனான்ஸை நிர்வகித்து வந்த ஜெயேஷ் ஷாவை தன்னுடன் இருக்கும்படி வற்புறுத்தினார் சஞ்சய். தோற்கும் போது நிறுவனத்தின் இயக்கங்களை அறிந்தவர்கள் உடனிருப்பது அவசியம். முதல்படியாக எல்லா செலவுகளையும் ஆய்வு செய்து முக்கியமில்லாததை எல்லாம் கட்டுப்படுத்தினார்.

ஜீன்ஸ் துணியின் விலை குறைந்துவிட்டதால், லாபத்தை எப்படி அதிகரிப்பது என்று பல விவாதங்கள். வழக்கமாக

அரவிந்த் மில்லிடமிருந்து ஜீன்ஸ் துணியை வாங்குபவர்கள் ஆயத்த ஆடைகளை Levis ; Tommy Hilfiger, Next போன்ற புகழ்பெற்ற பிராண்ட் தயாரிப்பாளர்களுக்குத் தயாரித்து விற்பது வழக்கம். அந்த இடைநிலையாளர்களின் வேலையைச் செய்தால் லாபம் அதிகரிக்கும், ஆனால் அது சுலபமல்ல.

அரவிந்த் மில்லின் அதிகாரிகள் உலகின் பல்வேறு நாடுகளுக்கும் சென்று ஜீன்ஸ் விற்பனையாளர்களைச் சந்தித்துப் பேசினர். உடனடியாகப் பலன் கிடைக்கவில்லை. எல்லோரும் தங்களது சப்ளையர்களிடம் ஒப்பந்தம் போட்டிருந்தார்கள். விடாமுயற்சிக்குப் பின் வாய்ப்பு ஒவ்வொன்றாக வந்தது.

தோல்விக்குப் பின் இயங்குவது அவ்வளவு சுலபமானதாக இருக்கவில்லை. மலையைப் புரட்டுகிற வேலை. மெல்ல மெல்லப் புரட்டினார் சஞ்சய்.. அரவிந்த் மில்லின் நிலைமை ஓரளவு சீராகும்போது, உலகசந்தையில் மீண்டும் ஜீன்ஸ் துணியின் (டெனிம்) விலை உயர்ந்தது. 2001 இறுதியில் விலை மீண்டும் மீட்டருக்கு ரூ 94 என்ற பழைய நிலைக்கு வந்தது.

மூன்று ஆண்டுகள் நஷ்டத்துக்குப் பின் 2002ன் முதல் மூன்று மாதத்தில் அரவிந்த் மில் மீண்டும் லாபத்தைப் பார்த்தது. நிறுவனத்தின் நிலைமை சீரானபோது வங்கிகளின் கெடுபிடி குறைந்தது. நிம்மதிப் பெருமூச்சு விட்ட சஞ்சயின் மனத்திலிருந்து தோல்வி கால துயரங்களைத் துடைத்தெடுக்க முடியுமா என்பது சந்தேகமே. வியாபாரம் என்பது கொட்டுகிற பணம், ஆடம்பர வசதிகள் மற்றும் உயர்தர வாழ்க்கையைத் தருவது மட்டுமல்ல, பல வேளைகளில் சிறிதும் பெரிதுமான தோல்விகளை தருவதும்தான்.

தோல்விகளின் வலி பல சமயங்களில் சகித்துக்கொள்ள முடியாததாக இருக்கலாம். ஆனால் தோல்விகளின்போது மனோ திடத்துடன், புத்திசாலித்தனமாக நடந்துகொள்வது அவசியம்.

Failure is only the opportunity to begin again more intelligently.
-Henry ford.

15

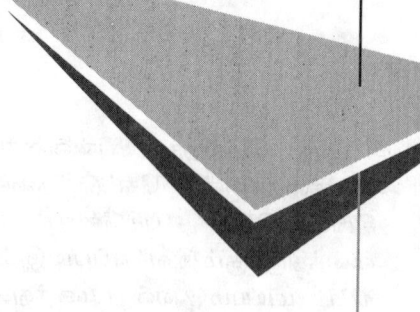

அந்த ஒரு கனவு!

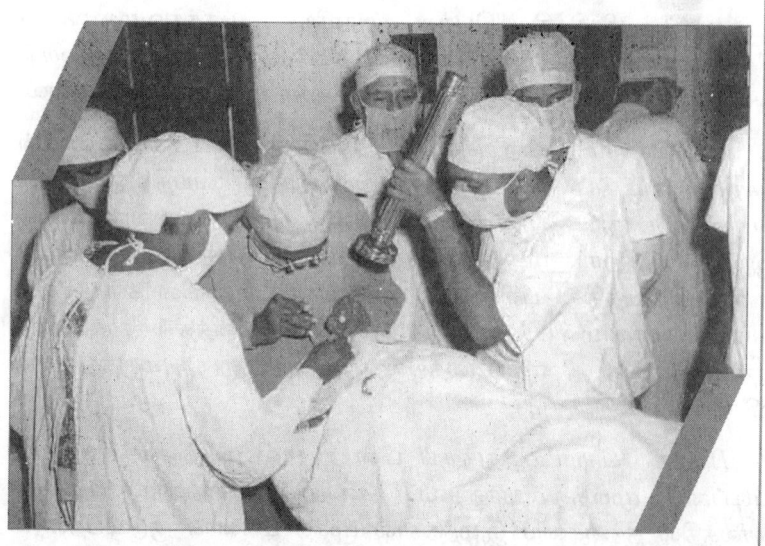

அமெரிக்காவின் மெக்சிகன் பல்கலைக்கழகத்தின் மருத்துவக்கல்லூரிக்கு பார்வையாளராகச் சென்றிருந்த டாக்டர் வேங்கிடசாமிக்கு [சுருக்கமாக டாக்டர் வி], அந்தக் கல்லூரியைச் சுற்றிக் காட்டுகிறார் சூசன் கில்பர்ட். வானளாவிய கட்டடங்கள், நோயாளிகளின் துயர் துடைக்க அதி நவீன மருத்துவ இயந்திரங்கள், பிரசித்தி பெற்ற மருத்துவர்கள் என எல்லாவற்றையும் ஒரு குழந்தையின் குதூகலத்தோடு கவனித்து வந்த டாக்டர் வி, அங்கிருந்து விடைபெறும் வேளையில், 'ஒரு நாள் இது போன்ற ஒரு மருத்துவமனையை நான் உருவாக்குவேன்' என்றார் சூசனிடம்.

ஒரு மெலிதான புன்னகையோடு டாக்டர் வியின் கனவு வார்த்தைகளைக் கேட்டு தலையசைத்த சூசன், 'இந்தியாவில் சின்னஞ்சிறிய பதினோரு படுக்கை மருத்துவமனையை வைத்திருக்கும் இவர் எப்படி இவ்வளவு பெரிய மருத்துவமனையை கட்ட முடியும் ? என்று மனத்துக்குள் கேட்டுக்கொண்டார்.

1978 ஆம் ஆண்டில் நடந்த சம்பவம் இது. அப்போது டாக்டர் வியின் வயது அறுபது. டாக்டர் வியின் ஆசையை அப்போது யார் கேட்டிருந்தாலும் அவர்களுக்கு அது வெற்று வார்த்தைகள் என்றுதான் தோன்றியிருக்கும். ஆனால் அடுத்த 28 ஆண்டுகளில் அந்த வெறும் வார்த்தைகளுக்கு உயிர் கொடுத்து நிஜமாக்கினார் டாக்டர் வி.

உலகப் பிரசித்தி பெற்ற அரவிந்த் மருத்துவமனையின் பிதாமகனான டாக்டர் வியின் கனவு மிக வலிமையானது. ஆனால் அவரது கனவு கடந்து வந்த பாதை அவ்வளவு சுலபமானது அல்ல.

வடமலாபுரம் என்ற குக்கிராமத்தில் பிறந்த டாக்டர் வியின் பக்கத்து வீட்டுப் பெண் தனது இருபதாவது வயதில் பிள்ளை பேற்றின்போது போதிய மருத்துவ வசதி இல்லாமையால் இறந்துவிடுகிறார். மருத்துவரோ, மருத்துவ வசதியோ இல்லாத தனது கிராமத்தில் பிரியமான நண்பர்கள், உறவினர்கள் இளம் வயதில் மரணமடைந்தது டாக்டர் வியின் மனத்தில் தாக்கத்தை ஏற்படுத்தியது. எதிர்காலத்தில் மகப்பேறு மருத்துவராக விரும்பினார்.

மிகுந்த போராட்டத்துக்குப் பின் 1944ல் மருத்துவக்கல்லூரிப் படிப்பை முடித்து, ராணுவப் பணியில் சேர்ந்தார். படிக்கிற காலத்தில் தந்தையை இழந்ததால் மூத்த மகனாக குடும்பத்தைக் காப்பாற்றுகிற பொறுப்பு.

டாக்டர் வியின் வாழ்க்கை ஒரு சீரான கோட்டில் நான்கு ஆண்டுகள் நகர்ந்தது. விரும்பியபடி மகப்பேறு பற்றிய மேல்படிப்பில் சேருவதற்கான ஏற்பாடுகள் முடிந்திருந்தன. திருமணத்துக்கான முஸ்தீபுகள் முடிந்து, நிச்சயதார்த்தமும் நடந்திருந்தது.

அப்போது டாக்டர் வியின் உடம்பில் உள்ள எல்லா jointயிலும் வீக்கம். அவரால் நிற்கவோ, நடக்கவோ அல்லது படுக்கவோ முடியாத நிலை. டாக்டர் வி Rheumatoid

arthritis என்கிற நோயால் பாதிக்கப்பட்டார். படுத்த படுக்கையான அவரைக் கவனிக்க டாக்டர் வியின் கடைக்குட்டித் தங்கையான நாச்சியார் கிராமத்திலிருந்து சென்னைக்கு அனுப்பிவைத்தனர் அவருடைய குடும்பத்தார்.

தனது கனவுகளையும் உடலையும் உருக்குலையச் செய்த நோய் நாட்களைப் பற்றி, 'அது மிகவும் கொடுமையான காலம்தான். ஆனால் நாம் அதற்கு அப்பால் நகரத்தானே வேண்டும்' என்றார் டாக்டர் வி.

நோயின் வீச்சு குறைந்தபின் அவரது விருப்பப்படி மகப்பேறு மருத்துவம் படிக்க முடியாத நிலை. சீனியர்களின் அறிவுரைப்படி கண்மருத்துவம் படித்தார். கண் அறுவைச்சிகிச்சை செய்பவர்களுக்கு விரல்கள் நுணுக்கமாக, துரிதமாக, நளினமாக இயங்க வேண்டும். நோயால் மிகவும் பாதிக்கப்பட்ட டாக்டர் வி தனது விரல்களைக் கண் அறுவைச் சிகிச்சையின் தேவைக்கேற்ப பழக்குவதற்கு மிகவும் சிரமப்பட்டார். ஆனால் விடாமுயற்சியால் தேவையை மீறிய தேர்ச்சியைப் பெற்றார். டாக்டர் வி கண் மருத்துவ நிபுணரானது இப்படித்தான்.

கண் மருத்துவத்தில் மேற்படிப்பு முடித்துவிட்டு வேலைக்கு சேர்ந்த பின் டாக்டர் வி தனது நிச்சயதார்த்தத்தை ரத்து செய்தார்.

திருமணம் செய்து கொள்ளாதது பற்றி, 'தாங்கமுடியாத வலிதான் எனது துணை, இந்த வலி என்னை எப்போதும் தொடர்கிறது' என்றார்.

அரசாங்க மருத்துவராக பணியைத் தொடர்ந்த டாக்டர் வி, அறுபதுகளில் தமிழக அரசு ஆரம்பித்த நடமாடும் கண் சிகிச்சை முகாம்களில் அதிக ஆர்வம் காட்டினார். அந்தக் காலகட்டத்தில் அரசு ஒரு முகாமுக்கு 750 ரூபாய் ஒதுக்கும். அந்தச் சிறிய தொகையில் டாக்டர் வி பல அற்புதங்களை நிகழ்த்தினார்.

விடுமுறை நாட்களில் பள்ளிக்கூடங்களில் முகாம் நடத்திய டாக்டர் வி, வகுப்பறைகளை ஆபரேஷன் தியேட்டர்களாக்கினார். ஒவ்வொரு முகாமிலும் சுமார் 300 cataract அறுவை சிகிச்சைகள் நடந்தன. அரசின் பணம் போதாத காலங்களில், தன் சொந்தப் பணத்தைச் செலவழித்தார். டாக்டர் வியின் முகாம்கள் பிரபலமடைய, உள்ளூர் பிரபலங்கள் தாராளமாக உதவினர். தன்னலமில்லாமல் செயல்பட்ட டாக்டர் வியின் முகாம் அனுபவங்கள்தான் அரவிந்த் நிறுவனத்தின் அடித்தளம்.

தனிப்பட்ட முறையின் லட்சத்துக்கும் மேற்பட்ட கண் அறுவை சிகிச்சைகளை செய்து முடிந்திருந்த அவருக்கு மத்திய அரசு பத்மஸ்ரீ விருதைக் கொடுத்துக் கௌரவித்தது. அரசு வேலையில் தீவிரமாகச் செயல்பட்ட டாக்டர் வி, பல்வேறு பதவிகளை வகித்து

விட்டு, மதுரை மருத்துவக்கல்லூரியின் முதல்வராகப் பணிபுரிந்து ஓய்வு பெற்றார்.

நேற்றைய சாதனைகளை அசைபோட்டுக் கொண்டு ஓய்வு பெற விரும்பாத டாக்டர் வி, பெரும்பான்மையான மக்களின் வாங்கும் திறனுக்குள் உயரிய கண் சிகிச்சை அளிப்பது பற்றி யோசித்தார்.

டாக்டர் வியின் குடும்பத்தில் பல கண் மருத்துவர்கள் உருவாகியிருந்தனர். டாக்டர் வி தனது கனவை உடன்பிறந்தவர்கள் மற்றும் சகோதரி நாச்சியாரின் கணவர் டாக்டர் நம்பெருமாள் சாமி, டாக்டர் நம்மின் சகோதரி விஜயலஷ்மி, விஜயலஷ்மியின் கணவர் டாக்டர் சீனிவாசன் ஆகியோரிடம் விவரித்தார்.

தந்தை ஸ்தானத்திலுள்ள டாக்டர் வியின் கனவின் கைப்பிடித்துப் பயணிக்க எல்லாரும் சம்மதித்தனர். இவர்கள்தான் அரவிந்த் குழுமத்தின் ஆரம்பகால உறுப்பினர்கள். டாக்டர் வியின் பெற்றோர் பெயரைச் சுருக்கி GOVEL டிரஸ்ட் ஆரம்பிக்கப்பட்டது.

அறக்கட்டளையின் ஆரம்ப நாட்கள் அவ்வளவு சுலபமாக நகரவில்லை. மக்கள் சேவையை முன்னிறுத்திச் செயல்படும்போது பணத்துக்குக் கஷ்டம்தான். டாக்டர் நம், டாக்டர் நாச்சியார் இருவரும் ஹார்வர்ட் பல்கலைக்கழகத்தில் மேற்படிப்பு படித்தவர்கள். வேறு மருத்துவமனைகளில் வேலை பார்த்திருந்தால், செல்வசெழிப்போடு இருந்திருக்கலாம்.

'அந்தக் காலகட்டத்தில் எங்களுடன் படித்தவர்கள் காரில் செல்லும்போது நாங்கள் பேருந்து நிறுத்தத்தில் காத்திருந்திருக்கிறோம். ஆனாலும் அதுபற்றிக் கவலைப்படாமல் சேவை செய்தோம். நாங்கள் கிராமத்திலிருந்து வந்ததால், கிராமத்திலிருந்து வரும் நோயாளிகளிடம் இயல்பாகப் பேசி, நன்றாக சிகிச்சை அளித்தோம். எங்கள் மருத்துவமனைக்கு நாங்கள் விளம்பரம் செய்வதில்லை. எங்களிடம் சிகிச்சை பெற்றுச் சென்றவர்களே அரவிந்த் மருத்துவமனையின் விளம்பரதாரராக செயல்பட்டார்கள்' என்று கூறும் டாக்டர் நம்பெருமாள் சாமி, அரவிந்த் குழுமத்தின் தற்போதைய தலைவர்.

2010 ஆம் ஆண்டு டைம்ஸ் பத்திரிகை உலகின் முக்கியமான 100 நபர்களில் ஒருவராக இவரைத் தேர்ந்தெடுத்துள்ளது.

ஆரம்ப கட்டத்தில் டாக்டர் வியின் வங்கிக் கடன் விண்ணப்பம் நிராகரிக்கப்பட்டது. நிறுவனத்துக்கு நன்கொடை கேட்டபோதும்

கசப்பான அனுபவங்களே கிடைத்தன. இனி நன்கொடை கேட்பதில்லை என்ற முடிவை அப்போது டாக்டர் வி எடுத்தார்.

அரவிந்த் மருத்துவமனையின் முதல் ஐந்து மாடிக் கட்டிடம் ஒவ்வொரு தளமாகக் கட்டப்பட்டது. கட்டி முடிக்க ஐந்து வருடத்துக் மேலானது. டாக்டர் நாச்சியார் உள்பட வீட்டு பெண்களின் நகைகள் பலமுறை அடகுக்கடைக்கு விஜயம் செய்தன.

அரவிந்த் மருத்துவமனையில் 1981 ஆம் ஆண்டில் பத்தாயிரத்துக்கும் மேற்பட்ட கண் அறுவைச் சிகிச்சைகள் நிகழ்ந்தன. அந்த எண்ணிக்கை 1991ல் ஐம்பதாயிரத்தையும், 96ல் ஒரு லட்சத்தையும், 2003 ல் இரண்டு லட்சத்தையும், 2009ல் மூன்று லட்சத்தையும் தாண்டியது.

எண்ணிக்கை முக்கியமல்ல. மொத்த அறுவைச் சிகிச்சைகளில் 47 சதவீதத்துக்கு மட்டுமே வழக்கமான கட்டணம் வசூலிக்கப்படுகிறது, 26 சதவீதத்தினருக்குச் சலுகைக் கட்டணமும், 27 சதவீதத்தினருக்கு இலவசமாகவும் சிகிச்சை அளிக்கப்படுகிறது.

இப்படிச் செய்யும்போது நிறுவனத்தை சரிவர நடத்த முடியுமா என்ற கேள்வி பலருக்கு உண்டு.

பிரசித்தி பெற்ற வர்த்தகப் பத்திரிகையான ஃபோர்ப்ஸ் (Forbes) அரவிந்த் குழுமத்தின் நிர்வாக மற்றும் லாபமீட்டும் திறன் உலகின் சிறந்த வர்த்தக நிறுவனங்களுக்கு இணையானது என்று கூறுகிறது.

Google நிறுவனர்களின் ஒருவரான Larry page அரவிந்த் நிறுவனம் பற்றிக் கேள்விப்பட்ட போது ஆச்சரியப்பட்டார். உடனே தன் சொந்த விமானத்தில் மதுரைக்குக் கிளம்பி வந்துவிட்டார் அரவிந்த் நிறுவனத்தைப் பார்வையிட.

நினைத்ததைச் சாதித்துவிட்ட திருப்தியில் டாக்டர் வி 2006ல் காலமானாலும், அவரது கனவைக் குடும்பத்தினரும் அரவிந்த் குழும உறுப்பினர்களும் உயிரோட்டத்தோடு வைத்துள்ளனர்.

டாக்டர் வியின் அரவிந்த் மருத்துவமனை என்றைக்கும் நமக்கு நினைவுபடுத்திக் கொண்டிருப்பது, 'கனவு காண்பதற்கும் அதைச் செயல்படுத்துவதற்கும் வயதோ, பணமோ, வேறெந்த விஷயமுமோ தடையாக இருக்கமுடியாது' என்பதைத்தான்.